ನಂದಿನಿ ಹೆದ್ದುರ್ಗ

ಮೂಲತಃ ಹಾಸನ ಜಿಲ್ಲೆಯ ಆಲೂರು ತಾಲೂಕಿನ ಹೆದ್ದುರ್ಗ ಎನ್ನುವ ಪುಟ್ಟ ಹಳ್ಳಿಯವರು. ಕಾಫಿ ಬೆಳೆಗಾರರಾಗಿರುವ ನಂದಿನಿ ಇದರ ಜೊತೆಗೆ ಕಾಫಿ ಸಂಬಂಧಿತ ಸಂಘ ಸಂಸ್ಥೆಗಳಲ್ಲಿ ತೊಡಗಿಸಿಕೊಂಡಿದ್ದಾರೆ.

ಕೃಷಿ ಓದು ಬರಹ ಮತ್ತು ಪ್ರವಾಸದಲ್ಲಿ ಆಸಕ್ತಿ.

ಕಾವ್ಯ ಜೀವದ್ರವ್ಯ.

ಮೂರು ಕವನ ಸಂಕಲನ ಒಂದು ಪ್ರಬಂಧ ಸಂಕಲನ ಹಾಗು ಒಂದು ಕಥಾಸಂಕಲನ ಪ್ರಕಟವಾಗಿವೆ.

'ಒಳಸೆಲೆ' ಸಂಕಲನಕ್ಕೆ ಶಿವಮೊಗ್ಗದ ಕರ್ನಾಟಕ ಸಂಘ ಕೊಡುವ ಜಿಎಸ್ಎಸ್ ಪ್ರಶಸ್ತಿ ಮತ್ತು ಕನ್ನಡ ಸಾಹಿತ್ಯ ಪರಿಷತ್ತಿನ ದತ್ತಿನಿಧಿ ಪುರಸ್ಕಾರ. ಮಂಡ್ಯದ ಅಡ್ವೈಸರ್ ಪತ್ರಿಕೆ ಕೊಡಮಾಡುವ ಅಡ್ವೈಸರ್ ವರ್ಷದ ಸಂಕಲನ ಪುರಸ್ಕಾರ ದೊರೆತಿದೆ.

ರತಿಯ ಕಂಬನಿ ಕವಿತಾ ಸಂಕಲನಕ್ಕೆ ಸೇಡಂನ ಅಮ್ಮ ಪ್ರಶಸ್ತಿ ಹಾಗು ಮುಳ್ಳೂರು ನಾಗರಾಜ ಪ್ರಶಸ್ತಿ ಲಭಿಸಿದೆ.

ಬ್ರೂನೋ ದಿ ಡಾರ್ಲಿಂಗ್ ಪ್ರಬಂಧ ಸಂಕಲನಕ್ಕೆ ಗುರುಕುಲ ಪ್ರತಿಷ್ಠಾನದ ಪ್ರಶಸ್ತಿ ಲಭಿಸಿದೆ.

ಒಂದು
ಆದಿಮ ಪ್ರೇಮ

ನಂದಿನಿ ಹೆದ್ದುರ್ಗ

ವೀರಲೋಕ ಬುಕ್ಸ್ ಪ್ರೈ.ಲಿ.
207, 2ನೇ ಮಹಡಿ, 3ನೇ ಮೇನ್, ಚಾಮರಾಜಪೇಟೆ
ಬೆಂಗಳೂರು–560018. ಮೊಬೈಲ್: 70221 22121
ಇಮೇಲ್: veeralokabooks@gmail.com
ವೆಬ್‌ಸೈಟ್: www.veeralokabooks.com

ONDU AADIMA PREMA
A collection of poetry written by **Nandini Heddurga**

Published by:
VEERALOKA BOOKS PVT. LTD.
207, 2nd Floor, 3rd Main
Chamarajpet, Bengaluru-560018

Mobile : +91 7022122121
E-mail : veeralokabooks@gmail.com
Website: www.veeralokabooks.com

Price : Rs. 150/-
Pages : 132
First Impression : 2023

Paper used : 70 GSM NS Maplitho
Book size : 1/8th Demy

ISBN : 978-93-94942-76-9

Cover page illustration by : Raj Vishnu
Inner pages design by : Vijaya Vikram

ಅರ್ಪಣೆ:

ನಿನ್ನನ್ನು ಮಾತ್ರ
ಪ್ರೀತಿಸಲು
ಸಾಧ್ಯವಾಗುವುದು
ನಿಸ್ಸಹಾಯಕತೆ!

ಚಿಟ್ಟೆ ನಿಜದಲ್ಲಿ ಆಕಾಶದ್ದು

ಮಧ್ಯಾಹ್ನ ಮೌನವಾಗಿದೆ. ಥೇಟು ನನ್ನಂತೆ.
ನನ್ನದು ಇಳಿಹೊತ್ತಾ ನಡುಮಧ್ಯಾಹ್ನವಾ ತಿಳಿಯುತ್ತಿಲ್ಲ.
ತಿಳಿದು ಮಾಡುವುದಾದರೂ ಏನು. ತೃಣಮಪಿ ನ ಚಲತಿ ತೇನವಿನಾ. ಕಾಲ ತನ್ನಷ್ಟಕ್ಕೆ ತಾನು ಎಳೆಬೆಳಗು ನಡುಬಿಸಿಲು ಇಳಿಸಂಜೆಯೂ ಹೌದು. ಬಿಸಿಲು ಹಾದು ಹೋಗಿ ಬೆಚ್ಚಗಿರುವ ಈ ಮೆಟ್ಟಿಲುಗಳ ಮೇಲೆ ಕೂತು ಯೋಚಿಸುತ್ತಿದ್ದೇನೆ. ಮಳೆ ಮುನಿಸಿಕೊಂಡ ಹೊತ್ತು. ಏನಾದರೂ ಬರೆಯಬೇಕಿತ್ತು. ಏನೂ ಹೊಳೆಯುತ್ತಿಲ್ಲ. ಅಸಲಿಗೆ ಏನೂ ಹೊಳೆಯದೆ ಇರುವುದೂ ಸುಖವೆ. ಹೀಗೆ ಖಾಲಿ ಕೂತಾಗಲೆಲ್ಲ ನಮಗಾಗಿಯೇ ಕೂತಿರಬಹುದು ಅಂದು ಕೊಳ್ಳುತ್ತವೆ ಈ ಗುಬ್ಬಚ್ಚಿಗಳು. ನಾನೊಂದು ಜೀವ ಇಲ್ಲಿ ಕೂತಿದ್ದೀನಿ ಎನ್ನುವ ಖಬರೂ ಇಲ್ಲದೆ ತೀರಾ ಹತ್ತಿರಕ್ಕೆ ಬಂದು ಒಂದಕ್ಕೊಂದು ಕುಸ್ತಿಗೆ ಬಿದ್ದಿವೆ. ಬಿಟ್ಟರೆ ನನ್ನ ಮುಂಗೈಗೇರಿ ಕೆನ್ನೆಗೆ ಮುತ್ತು ಕೊಟ್ಟಾವು. ಕಾಯುವ ಬೀಳ್ಕೊಡುವ ನನ್ನ ಲೋಕದ ಪುಟ್ಟ ದೇವತೆಯರು ಇವರು. ನಂಬಲಾರರು ಮಂದಿ. ಇವಳು ಮತ್ತು ಹಕ್ಕಿಗಳ ಒಡನಾಟವನ್ನು.

...

ಎದೆಯ ಒಳಪದರಿನಲ್ಲಿ ಬೆಚ್ಚಗಿರುವ ಆ ಹೆಸರು ನಾನು ಮೌನಕ್ಕೆ ಜಾರಿದಾಗೆಲ್ಲ ಬೆರಳ ತುದಿಗಿಳಿಯುತ್ತದೆ. ನೀರಿನೊಂದು ಹನಿ ಸಿಕ್ಕರೆ ಮಣ್ಣು ಮೆತ್ತಗಿದ್ದರೆ ಹೆಸರಿನ ಮೊದಲಕ್ಷರ ತಿದ್ದುತ್ತೇನೆ. ಸಿಕ್ಕಿದ್ದೇ ಹಕ್ಕು ಎಂಬಂತೆ ಮೆಲ್ಲಗೆ ಅಲ್ಲಿಂದ ಜಾರಿಕೊಂಡು ಬೆಳಗು ಬೈಗಿನ ಸುಖದ ಗಲಾಟೆಗಳಲ್ಲಿ ಊರಾಡಿ ಅಲೆದಾಟ ಬೇಸರ ಬಂದು ಮತ್ತೆ ಒಳಗಿನ ಬಿಸುಪಿಗೆ ಬಂದು ಕೂರುತ್ತದೆ.
'ನಾನು ನಿನ್ನ ಪ್ರೀತಿಸುತ್ತೇನೆ ನನ್ನ ಹೆಸರೇ'
ಜಗದೆದಿರು ಕೂಗಿ ಹೇಳಬೇಕೆನಿಸುತ್ತದೆ.
'ನಾನು ನಿನ್ನ ಪ್ರೀತಿಸುತ್ತೇನೆ'
ನಿನ್ನ ಪ್ರೀತಿಸುತ್ತೇನೆ ಎನ್ನುವ ಈ ಭಾವ ಎಷ್ಟು ಸುಖವಾಗಿದೆ ಎನ್ನುವುದನ್ನು ಹೇಳಿ ತಿಳಿಸಬಹುದೆ?
ಮತ್ತೂ ಮೌನ. ಮೌನಕ್ಕೆ ಅಗಾಧ ಶಕ್ತಿಯಿದೆ.
ಅಪರಿಮಿತ ಚೆಲುವಿದೆ. ಅಸಂಖ್ಯ ಅರ್ಥಗಳಿವೆ.

ಎಲ್ಲಿದೆ ಮೌನ, ಹುಚ್ಚಾ ನಿನಗೆ ಅಂದಿದ್ದೆ ಅಲ್ಲವೆ ನೀನು. ಒಂದಿಡೀ ದಿನ ಮಾತಾಡಿ ಗಂಟಲೊಣಗಿ ಜೀವದ ಕಸುವು ಕುಂದಿದ ಮೇಲೂ ನಾನು ಮೌನವನ್ನೇ ಬದುಕುತ್ತೇನೆ. ನನ್ನ ಮುಗಿಯದ ಮಾತಿಗೆ ಬೇಸತ್ತು ನೀನು ಆಕಳಿಸುವಾಗ ನಿನ್ನ ಕಣ್ಣಿನ ಸೋಮಾರಿತನ ಮತ್ತು ಮೌನ ನನಗಿಷ್ಟ.

ಬಾ ಇಲ್ಲಿ. ಈ ಕವಿತೆಗಳು ನಿನ್ನವು. ಕೂತು ಓದು. ಅಕ್ಷರಗಳ ಮುದ್ದಿಸು. ಬರೆದ ನನ್ನ ಹೃದಯವನ್ನು ಮೆಲ್ಲಗೆ ನೇವರಿಸಿ ಎಂದಿನಂತೆ ಮಸೆದ ಚಾಕುವಿನಿಂದ ತುಸುವೇ ಇರಿ. ಛಿಲ್ಲೆನ್ನುವುದು ನನಗಿಷ್ಟ.

...

ಮಣ್ಣು ಉಸಿರಾಡುತ್ತಿದೆ. ಲೋಕಕ್ಕೆ ಕೇಳುವುದಿಲ್ಲ.

ಬಿಸಿಲು ಉರಿಯುತ್ತಿದೆ. ಸದ್ದಿನ ಹಂಗಿಲ್ಲ. ಮರಗಳು ಮಳೆಬೆಳೆಯ ಕುರಿತು ಮಾತಾಡುತ್ತಿವೆ. ಅವುಗಳ ಭಾಷೆ ಶಬ್ದವಾಗುವುದಿಲ್ಲ. ಅಂಗಳದಲ್ಲಿ ಅರಳಿದ ಹೂಗಳು ಇಂದಿನ ಭಂಗ ಮುಗಿಯಿತೆಂದು ಒಂದೇ ದಿನದ ಆಯಸ್ಸೆಂದೂ ನಿಟ್ಟುಸುರಿಟ್ಟಿವೆ. ಇಲ್ಲಿ ಕೂತಿರುವ ನನಗೇ ಅದು ಕೇಳಿಲ್ಲ. ಊರ ಮಂದಿಗೆ ಉಂಡು ಒಂದಿಷ್ಟು ಹೊತ್ತು ಕಣ್ಣು ಹಚ್ಚುವ ಆಸೆ.

ನಿದ್ದೆಗೂ ಸದ್ದಿಗೂ ಎಂತದಾ ನೆಂಟಸ್ತಿಕೆ?

ಹಳದಿಕೊಕ್ಕಿನ ಬೆಡಗಿಯೂ ಗುಲಾಬಿ ಪಾದದ ಒಡೆಯನೂ ರೆಕ್ಕೆಯನ್ನು ಹಪ್ಪೆ ಮಾಡಿ ನೆಲದ ಕಾವಿಗೆ ಒಡಲು ತಾಕಿಸಿ ಮುದ ಪಡೆಯುತ್ತಿವೆ.

ಅದೋ... ಆ ಮಾಡಿನ ಕೊನೆಯಲ್ಲಿ ಕುಂತು ಅತ್ತಿಂದಿತ್ತ ಹಾರುತ್ತಿರುವ ಅವಳು ಬೆದೆಗೆ ಬಂದಿರುವುದು ತಿಳಿದಿದ್ದರೂ ಸೂರ್ಯ ನಡುನೆತ್ತಿಯಲ್ಲಿದ್ದಾಗ ಒಲಿಸಿಕೊಳ್ಳುವಾಟದಲ್ಲಿ ಇವನಿಗೆ ಖುಷಿಯಿಲ್ಲ.

ಅವಳಿಗೂ ಮನಸ್ಸಿಲ್ಲ. ಲೋಕಕ್ಕೆ ಪ್ರಿಯವಾಗಿದೆ ಈ ಮೌನ.

ಹೆಸರೇ...

ನಾನು ಮತ್ತು ನೀನು ಈ ಜಗದ ಮುಖ್ಯ ಪ್ರಾಣ ದೇವರು.

...

ತಲೆಗೆ ಮಿಂದು ಒಣಗಿಸಿಕೊಳ್ಳುವ ಖುಷಿಗೆ ಕಟ್ಟೆಯ ಮೇಲೆ ಕಾಲು ನೀಡಿ ಕೂತರೆ ಹಳದಿ ಬಣ್ಣದ ಪುಟ್ಟ ಚಿಟ್ಟೆ ಸಲೀಸು ಬಂದು ಬೆರಳ ಮೇಲೇ ಕೂತಿದೆ. ಅದರ ಕೂದಲಿನಂತ ಪಾದಗಳು ಆಚೀಚೆ ಹರಿದರೆ ಮುಳುಮುಳು ಪುಳಕ ನನಗೆ.

'ಮಹಾರಾಣಿಯವರೆ ಏನಾಜ್ಞೆ ಕೊಟ್ಟಿರಿ?

ಮಹಾರಾಣಿಯವರೆ ಇನ್ನಷ್ಟು ಹೊತ್ತು ಇಲ್ಲೇ ಕೂತಿರಿ.

ಮಹಾರಾಣಿಯವರು ಆಕಳಿಸುವುದಿಲ್ಲವಾದರೆ ಒಂದು ಕವಿತೆ ಓದಿ ಖುಷಿ ಪಡಿಸಲೆ?'
ಹಾರದಂತೆ ಏನಾದರೂ ಆಮಿಷ ತೋರಬೇಕು.
ಆದರೆ... ಬರೆದ ಹಳೆ ಕವಿತೆಯಂತೆ ಪುಟ್ಟ ಹಕ್ಕಿಯೊಂದು ಪುರ್ರನೆ ಬಂದು ಗಬಕ್ಕನೆ ಚಿಟ್ಟೆಯನ್ನು ಗುಳಕಾಯಿಸಿದರೆ?
ಉಹು. ಕಾಲು ಮೆಲ್ಲಗೆ ಅಲುಗಾಡಿಸಿದೆ. ಚಿಟ್ಟೆ ಆಕಾಶಕ್ಕೆ ಹಾರಿ ಹೋಯಿತು. ಚಿಟ್ಟೆ ನಿಜದಲ್ಲಿ ಆಕಾಶದ್ದು.
ಮೋಡಗಳು ಚಿಟ್ಟೆಯೂ ಆದಿಮದ ಪ್ರೇಮಿಗಳು ಸ್ವಂತ ಅಣ್ಣತಂಗಿ.
ಹೆಸರೇ...
ಈ ಜಗದ ತಂದೆ ತಾಯಿಗಳು ನಾವು.
...

ಪೂರ್ತಿ ಅರಳಿದ ಹೂವನ್ನು ದೇವರಿಗೇರಿಸಿದರೆ ಮುದುಕ ಗಂಡ ಸಿಗ್ತಾನೆ ಅಂತ ಅಜ್ಜಿ ಹೆದರಿಸ್ತಿದ್ರು. ಹುಡುಗ ಗಂಡ ಸಿಕ್ಕವರೆಲ್ಲಾ ಸುಖವಾಗಿಲ್ಲ ಅಜ್ಜಿ ಅಂತ ಈ ಹೊತ್ತಿಗೆ ಕೂಗಿ ಹೇಳಬೇಕೆನಿಸುತ್ತದೆ. ನೆಮ್ಮದಿಯ ವ್ಯಾಖ್ಯಾನ ಅಜ್ಜಿಯ ದೃಷ್ಟಿಯಿಂದ ಏನಿದೆಯೊ?
ನಕ್ಕು ಸುಮ್ಮನಾಗುತ್ತೇನೆ. ಬದುಕು ಮುಗಿಯದ ಪ್ರಯಾಣ. ತಲುಪುವುದು ಎಲ್ಲಿಗೊ ನಿಶ್ಚಿತವಿಲ್ಲ.
ಯಾರೋ ಬರುತ್ತಾರೆ ಹೋಗುತ್ತಾರೆ. ಇನ್ನೆರಡು ದಿನ ಇರಲಿ ಎನಿಸಿದವರು ಹೇಳದೆ ಕೇಳದೆ ಮನೆ ಬಿಡುತ್ತಾರೆ. ಹೊರಟರೆ ಸಾಕು ಎನ್ನುವವರು ಚಕ್ಕಳಮಕ್ಕಳ ಹಾಕಿ ಕೂತೇ ಬಿಡುತ್ತಾರೆ. ಇಲ್ಲೇ ಇರುವವನ ಎದೆಯಲ್ಲಿ ಒಲವು ಉದ್ಭವಿಸಲಿ ಅಂತೊಂದು ಆಸೆ. ಹಾಗೆಂದುಕೊಂಡಾಗಲೆಲ್ಲ ದೇವರು ಕೊಂಕಿನಲ್ಲಿ ನಗುತ್ತಾನೆ. ಹಣೆಯಲ್ಲಿ ಅಕ್ಕರೆ ಬರೆಯದ ಜೀವಗಳಿಗೆ ಪ್ರೀತಿ ದುಬಾರಿ ಎನ್ನುವ ವಾಸ್ತವ ಎದುರಾಗಿ ಎಂದೂ ಬಾರದ ಅವನಿಗಾಗಿ ಕದ ತೆಗೆಯುತ್ತೇನೆ.
'ಎರಡು ಬಿಲ್ವ ಹೆಚ್ಚಿಗೆ ಧರಿಸುತ್ತೇನೆ ನಾಳೆ.
ಈ ಹಗಲು ಮುಗಿಯುವುದರೊಳಗೆ ಒಂದು ಕವಿತೆಯಾಗಿ ಬಾ ನನ್ನ ಶಿವನೇ' ಅಂತೊಂದು ಆಮಿಷ ಒಡ್ಡಿದ್ದು ಕೈಗೂಡಿದೆ. ತಡರಾತ್ರಿ ಗುಡಿಯಿಂದ ಹಾಡು ಕೇಳುತ್ತಿದೆ.
...
ನಾನು ಗುಲಾಬಿ ಬಣ್ಣದ ಸೀರೆಯನ್ನೇ ಆರಿಸಬಹುದು ಅಂತಂದುಕೊಂಡಿದ್ದರು ಅವರು. ಬಿಳಿ ನನಗೆ ಮೆಚ್ಚುಗೆ.

'ಏಳು ಬಣ್ಣದ ಕೂಡಿಕೆ. ಜೀವ ನಾಗತಳಿಕೆ.
ಸಾಸಿವೆ ಹೊಲದಲ್ಲೇ ಸಾವು ಗೆಲ್ಲಬೇಕು.
ತುಳುಕುವ ಕಣ್ಣೀರು ಹರಿಯಗೊಡಬೇಕು.
ಗಾಯದ ಮೂಲಕವೇ ಒಳಗಿಳಿಯುವುದು ಬೆಳಕು.
ದೂರಬಾರದು ದೇವರನ್ನು'

ಕನಸಿನಲ್ಲಿ ಬರೆದ ಕವಿತೆ ಬೆಳಿಗ್ಗೆಯೇ ಮರೆತು ಹೋಗಿದೆ. ನಡುವಿನ ಮೌನ ಮಾತ್ರ ಒಳಗುಳಿದು ಜೀವ ಗರಿಯಷ್ಟು ಹಗುರ. ಒಂದು ಕವಿತೆಯೂ ಹುಟ್ಟದ ಮೇಲೆ ಮೌನವನ್ನಿಟ್ಟುಕೊಂಡು ಏನು ತಾನೇ ಮಾಡಲಿ? ಹಗುರ ಎದೆಯಿಂದ ಚಿಟ್ಟೆಗಳು ಹಾರಿ ಹಗಲಿನಾಕಾಶಕ್ಕೆ ರಂಗೋಲಿ ಹಾಕುತ್ತಿವೆ.

ಧೋಗುಟ್ಟಿ ಸುರಿವ ಮಳೆನಕ್ಷತ್ರಗಳು ಹೊದ್ದು ಮಲಗಿವೆ. ತಗ್ಗಿನ ಗದ್ದೆಯಲ್ಲಿ ನಾಟಿ ಮುಗಿದಿದೆ. ಮೇಲಿನ ಗದ್ದೆಗಳಲ್ಲಿ ನವಿಲ ಹಿಂಡು. ಬರುವ ವರ್ಷದ ಬೆಳೆ ನಿಜಕ್ಕೂ ಹುಲುಸು. ಹಕ್ಕಿ ಹಿಕ್ಕೆಯೆಂಬುದು ಮಣ್ಣಿಗೆ ಅಮೃತ. ಪ್ರೀತಿ ಭರಪೂರ ಸಿಕ್ಕಿದವರು ಮೆದುವಾಗಿರ್ತಾರಂತೆ. ನಾನೋ ಶತ ಒರಟ ಹೆಣ್ಣು.

'ನನ್ನ ಅಂದಂದಿನ ಕವಿತೆಗಳ ಅಂದಂದೇ ಕರುಣಿಸು ಶಿವನೇ, ಪ್ರೀತಿಯನ್ನೂ'

...

ಯಾರಿಗೋ ಕಾಯುತ್ತೇನೆ. ಯಾರೋ ಬರುವರಿದ್ದಾರೆ ನಾಳೆ. ಅವರಿಗೂ ನನ್ನನ್ನು ಕಾಣುವ ಕುತೂಹಲವಿದೆ.

'ಭೆಟ್ಟಿಯ ಹೊತ್ತಿನಲ್ಲಿ ಉಕ್ಕದಂತೆ ನೋಡಿಕೊ.
ಉಕ್ಕಿದರೂ ಬಿಕ್ಕಿದರೂ ಉಟ್ಟ ಬಟ್ಟೆ
ಸುಕ್ಕಾಗದಂತೆ ಹರಸು'

ಇದಕೆ ಎರಡರ್ಥ ಉಂಟು ಎನ್ನುತ್ತ ನಕ್ಕ ಅವನು.

ಅದೇ ಧ್ಯಾನದ ಸದಾಶಿವ. ನೆದರಾಗದಿರಲಿ ನಮ್ಮ ಪ್ರೇಮಕ್ಕೆ. ಲೋಕದ ದೋಷ ಕಾಣದ ಪ್ರೀತಿಗುರುಡಿನ ರೋಗವಿದೆ ನನಗೆ.

...

ಇನ್ನೂ ಬರೆಯಬೇಕಿರುವ ಆ ಕವಿತೆ ನನ್ನ ಹಾದಿಗೆದುರಾಗಲಿದೆ. ನಡುವಿನ ಮೌನವನ್ನೇ ಪ್ರೀತಿಸುತ್ತೇನಾದರೂ ಕವಿತೆ ಮುಂದುವರೆಯಲು ಪದಗಳು ಬೇಕು. ಒಂದೋ ಸೇತುವೆಯಾಗಿ ಇಲ್ಲವೇ ಬೇಲಿಯಾಗಿ.

'ಇಲ್ಲಿ ಯಾವುದೂ ಇಲ್ಲ ಎಲ್ಲವೂ ಇದೆ ಮತ್ತು ಆಗುವುದು ಸಾಕಷ್ಟಿದೆ ಆಗದಿದ್ದರೂ ನಷ್ಟವಿಲ್ಲ'

ಎನಿಸುತ್ತಿದೆ. ಇಡೀ ಸಂಕಲನದಲ್ಲಿ ಬರೆದಿದ್ದು ಒಂದೇ ಒಂದು ಕವಿತೆ. ಅದು ಮಕ್ಕಳು ಮರಿಗಳನ್ನು ಹೆತ್ತುಕೊಂಡಿತು. ಸಂತಾನ ಸಮೃದ್ಧಿಯ ವರ ದೊರೆತಿದೆ ಅಂದರು ಅವರು. ಸಂತಾನ ವೃದ್ಧಿಯೊಂದಿಗೆ ನಾಳೆಗಳು ಹೊಳೆಯುತ್ತವೆ ಎಂಬ ನಂಬಿಕೆಯಿದೆ. ಪ್ರೀತಿಯಲ್ಲಿ ಅದ್ದಿಕೊಂಡ ಆತ್ಮ ಒಂದು ಒದ್ದೆ ನೋಟದಿಂದ ಲೋಕ ನೋಡಬಲ್ಲದು. ಹಾಗಾಗಿ ಅಸ್ಪಷ್ಟ ಕವಿತೆಗಳೆನಿಸಬಹುದು. ಅಪೂರ್ಣ ಕವಿತೆಗಳು ಅಂತಲೂ. ಹಾಗನಿಸಿದರೂ ಹೀಗನಿಸಿದರೂ ಹೇಗನಿಸಿದರೂ ಮನೆ ಬಿಟ್ಟು ಹೊರಟ ಮಕ್ಕಳು ಇವು.

ಲೋಕದಕ್ಕರೆ ಸಿಗಲಿ.

...

–ನಂದಿನಿ ಹೆದ್ದುರ್ಗ

ಕೃತಜ್ಞತೆ

* ಕೃತಜ್ಞತೆ
* ಕವಿತೆಯ ಲೋಕದಲ್ಲಿ ನಡೆಯಲು ಬಿಟ್ಟ ಗುರು ಬಿ.ಆರ್. ಲಕ್ಷ್ಮಣ ರಾಯರಿಗೆ.
* ಕಾಲ ಕರುಣಿಸಿದ ಕವಿತೆಗಳಿಗೆ.
* ಎರಡನೇ ಮಾತಿಗೆ ಅನುವಿಲ್ಲದಂತೆ ಸಂಕಲನ ಮಾಡಲು ಒಪ್ಪಿಕೊಂಡ ವೀರಕಪುತ್ರರಿಗೆ.
* ಪುಸ್ತಕ ಮಾರುಕಟ್ಟೆಯಲ್ಲಿ ಹೊಸತನಕ್ಕೆ ಸಾಕ್ಷಿಯಾದ ವೀರಲೋಕ ಪ್ರಕಾಶನಕ್ಕೆ.
* ಕವಿತೆ ಪ್ರಕಟಿಸಿ ಕನಸಿಗೆ ರೆಕ್ಕೆ ಹಚ್ಚಿದ ಪತ್ರಿಕೆಗಳಿಗೆ, ವೆಬ್ ಮ್ಯಾಗಜೀನ್‌ಗಳಿಗೆ.
* ಇದಕ್ಕೊಂದು ಕವಿತೆ ಬೇಕು ಅಂತ ಕೇಳಿ ಪಡೆದ ವಿಶೇಷಾಂಕಗಳಿಗೆ.
* ಕವಿಗೋಷ್ಠಿಗೆ ಕರೆದು ಕಾವ್ಯಲೋಕದ ಆತ್ಮೀಯರೊಂದಿಗೆ ಬೆರೆಯಲು ಅವಕಾಶ ಮಾಡಿದ ಆಯೋಜಕರಿಗೆ.
* ಕವಿತೆಗಳ ಕುರಿತು ಮಾತಾಡಲು ಒಪ್ಪಿದ ಜೋಗಿ ಸರ್‌ಗೆ.
* ಆಗಾಗ ಕವಿತೆ ಕಳಿಸಿ ಹೇಳಿ ಎಂದಾಗೆಲ್ಲ ಇತಿಮಿತಿ ತಿಳಿಸಿದ ಸುಬ್ರಾಯ ಚೊಕ್ಕಾಡಿ ಸರ್‌ಗೆ.
* ಕವಿತೆಗಳ ಆಯ್ಕೆಗೆ ನೆರವಾದ ಬಿ.ಎಂ. ಹನೀಫ್ ಅವರಿಗೆ.
* ಪುಟ ವಿನ್ಯಾಸ ಮಾಡಿದ ವಿಜಯ ವಿಕ್ರಮ್ ಅಡಿಗ ಅವರಿಗೆ.
* ಒಂದು ಚಂದದ ಪ್ರೋಮೊ ಮಾಡಿ ಸಂಕಲನಕ್ಕೆ ಶುಭಾರಂಭ ನೀಡಿದ ಪ್ರಸನ್ನ ಸರ್ ಮತ್ತು ತಂಡಕ್ಕೆ.
* ಮುಖಪುಟ ವಿನ್ಯಾಸ ಮಾಡಿದ ರಾಜುವಿಷ್ಣು ಅವರಿಗೆ.
* ಒಳಹೊರಗೆಂಬ ತೋರಿಕೆಯಿಲ್ಲದೆ ಪ್ರೀತಿಯಷ್ಟೇ ಕೊಡುವ ಜೀವದ ಗೆಳತಿಯರಿಗೆ.
* ಅಪ್ಪ ಅಮ್ಮ ಅಣ್ಣತಮ್ಮಂದಿರು ಮತ್ತು ಕುಟುಂಬಕ್ಕೆ.
* ಕಾವ್ಯತನ್ಮಯದ ಎಲ್ಲ ಹೃದಯಗಳಿಗೆ.
* ಅಮೃತ್ ಮತ್ತು ಚಂದನಳೆಂಬ ಕರುಳ ಕುಡಿಗಳಿಗೆ.

ಪ್ರಕಾಶಕರ ಮಾತು

ವೀರಲೋಕ ಎರಡನೇ ವರ್ಷದ ಸಂಭ್ರಮಕ್ಕೆ ಸಾಕ್ಷಿಯಾಗುತ್ತಿದೆ. ಸಂಭ್ರಮದ ಜೊತೆ ಜೊತೆಗೆ ಜವಾಬ್ದಾರಿಗಳೂ ಬೆನ್ನೇರಿವೆ. ಮೊದ ಮೊದಲು ಅಕ್ಷರ ಲೋಕಕ್ಕೆ ನಮ್ಮ ಬಗ್ಗೆ ಕುತೂಹಲವಿತ್ತು. ನಾವು ಏನು ಮಾಡಬಲ್ಲೆವು, ಏನೆಲ್ಲ ಮಾಡಲಾರೆವು ಎಂಬ ಅಂದಾಜಿತ್ತು. ಈಗ ನಾವು ಮಿತಿಗಳನ್ನು ದಾಟಿಕೊಳ್ಳಬೇಕಿದೆ. ಮತ್ತೆ ಮತ್ತೆ ಅಚ್ಚರಿಯೊಂದಿಗೆ ಓದುಗರ ಎದುರು ನಿಲ್ಲಬೇಕಿದೆ. ಅದು ನಮ್ಮ ಮುಂದಿರುವ ಸದ್ಯದ ಸವಾಲು.

ಕನ್ನಡದಲ್ಲಿ ಅಕ್ಷರ ಕೃಷಿ ಹುಲುಸಾಗಿದೆ. ಕೃತಿಗಳ ಸಂಖ್ಯೆ ಅಚ್ಚರಿಯನ್ನುವಷ್ಟು ವೃದ್ಧಿಯಾಗಿದೆ. ಆದರೆ, ಓದುಗರ ಸಂಖ್ಯೆ ಗಮನಿಸಿದಾಗ ಖೇದವಾಗುತ್ತದೆ. ಕೃತಿಗಳು ಹೆಚ್ಚಾದಂತೆ ಓದುಗ ದೊರೆಯ ಮನಸ್ಸೂ ವಿಶಾಲವಾಗಬೇಕಿತ್ತು. ಆದರೆ, ಓದುಗರಿಗೆ ಆಯ್ಕೆಗಳು ಹಲವು. ಪುಸ್ತಕವನ್ನೇ ಕಾದು ಕೂತು ಓದುವ ಕಾಲ ಕ್ಷೀಣಿಸುತ್ತಿದೆ. ಈ ಆತಂಕವನ್ನು ಲೇಖಕ ಮತ್ತು ಪ್ರಕಾಶಕ ಒಟ್ಟಾರೆ ಕೂತು ಬಗೆಹರಿಸಿಕೊಳ್ಳಬೇಕಿದೆ.

ನನ್ನ ಈ ಗ್ರಹಿಕೆ ತಪ್ಪೂ ಇರಬಹುದು. ಆದರೂ, ಈ ಮಾತನ್ನು ಹೇಳಲೇಬೇಕಿದೆ. ಬಹುತೇಕ ಲೇಖಕರು ಕೃತಿಗಳ ಸಂಖ್ಯೆಯ ಕಡೆ ಗಮನ ಹರಿಸುತ್ತಿದ್ದಾರೆ ವಿನಃ, ತಮ್ಮ ಹಿಂದಿನ ಕೃತಿಗೂ, ಹೊಸ ಕೃತಿಗೂ ನಡುವಿನ ಓದುಗರ ಸಂಖ್ಯಾ ವ್ಯತ್ಯಾಸವನ್ನು ಗಮನಿಸುತ್ತಿಲ್ಲ. ವರ್ಷಕ್ಕೋ, ಎರಡು ವರ್ಷಕ್ಕೋ ಒಂದೊಂದು ಕೃತಿಯನ್ನು ತರುವ ಲೇಖಕರನ್ನು ನಾವು ಕಂಡಿದ್ದೇವೆ. ಅವರ ಕೃತಿಗಾಗಿ ಲಕ್ಷಾಂತರ ಓದುಗರು ಕಾದುಕೊಂಡಿರುತ್ತಿದ್ದರು. ಪುಸ್ತಕ ಬಿಡುಗಡೆ ಮುನ್ನವೇ ಸಾವಿರಾರು ಪ್ರತಿಗಳು ಮುಂಗಡ ಕಾಯ್ದಿರಿಸುವಿಕೆ ಇರುತ್ತಿತ್ತು. ಇದೀಗ ಅದು ಬದಲಾಗಿದೆ.

ಒಂದೇ ಸಲಕ್ಕೆ ಒಬ್ಬರೇ ಲೇಖಕರ ಒಂದಕ್ಕಿಂತ ಹೆಚ್ಚು ಪುಸ್ತಕಗಳು ಏಕಕಾಲಕ್ಕೆ ಬಿಡುಗಡೆ ಆಗುತ್ತಿರುವುದನ್ನು ಕಾಣುತ್ತಿದ್ದೇವೆ. ಅದು ಲೇಖಕನ ಶಕ್ತಿಯೂ ಆಗಿರಬಹುದು. ಆದರೆ, ಓದುಗರು ಅಷ್ಟೇ ವೇಗದಲ್ಲಿ ಪುಸ್ತಕವನ್ನು ಕೊಳ್ಳುವ ಮತ್ತು ಓದುವ ಆಸಕ್ತಿಯನ್ನು ಹೊಂದಿರಲಾರರು. ಅಂತಹ ಓದುಗರು ಇದ್ದರೂ ಅದು ಬೆರಳಣಿಕೆಯಷ್ಟು ಮಾತ್ರ ಇರಬಹುದು. ಈ ರೀತಿ ಪುಸ್ತಕಗಳು ದಂಡಿ ದಂಡಿಯಾಗಿ ಬಂದಾಗ ಓದುಗರು ಕೂಡ ಏಕಕಾಲಕ್ಕೆ ಆಸಕ್ತಿಯನ್ನೇ ಕಳೆದುಕೊಂಡು ಬಿಡುವ ಅಪಾಯ ಹೆಚ್ಚು. 'ಅವರು ಪುಸ್ತಕ ಬರೀತಾನೇ ಇರ್ತಾರೆ. ತಗೊಂಡ್ರಾಯ್ತು ಬಿಡು' ಎಂದು ಆಡಿದ ಮಾತನ್ನು ನಾನೇ ಅನೇಕರಿಂದ ಕೇಳಿದ್ದೇನೆ. ಈ ಅಪಾಯವನ್ನೂ

ನಾವು ದಾಟಿಕೊಳ್ಳಬೇಕಿದೆ. ಓದುಗರನ್ನು ಉಳಿಸಿಕೊಳ್ಳುವ ಜರೂರತ್ತು ನಮ್ಮೆಂದಿದೆ.

ಓದುಗರನ್ನು ಉಳಿಸಿಕೊಂಡು, ಬೆಳೆಸುವುದಕ್ಕಾಗಿಯೇ ವೀರಲೋಕವು ತನ್ನ ಎರಡನೇ ವರ್ಷದಲ್ಲಿ ಕೆಲವು ಯೋಜನೆಗಳನ್ನು ಹಮ್ಮಿಕೊಂಡಿದೆ. ಸಾಂಪ್ರದಾಯಿಕ ಶೈಲಿಯ ಪುಸ್ತಕ ಬಿಡುಗಡೆ ಕಾರ್ಯಕ್ರಮಗಳನ್ನು ನವೆಂಬರ್ ನಂತರ ನಿಲ್ಲಿಸುತ್ತಿದ್ದೇವೆ. ಆ ಕೆಲಸವನ್ನು ಶಾಲಾ, ಕಾಲೇಜುಗಳಲ್ಲಿ, ಬೃಹತ್ ಕಾರ್ಪೋರೇಟ್ ಸಂಸ್ಥೆಗಳಲ್ಲಿ ಹಮ್ಮಿಕೊಳ್ಳಲು ಯೋಚಿಸುತ್ತಿದ್ದೇವೆ. ಹೂಗುಚ್ಛದ ಬದಲು 'ಪುಸ್ತಕಗುಚ್ಛ' ನೀಡುವ ಕುರಿತಾಗಿ ಒಂದೂವರೆ ವರ್ಷದಿಂದ ನಡೆಸಿದ ಅಧ್ಯಯನ, ಪ್ರಯತ್ನ ಮತ್ತು ಶ್ರಮ ಈಗ ಫಲ ಕೊಟ್ಟಿದೆ. ಪುಸ್ತಕಗುಚ್ಛದ ಪೇಟೆಂಟಿಗೂ ಅಪ್ಲೈ ಮಾಡಿದ್ದೇವೆ. ಕನ್ನಡ ಪುಸ್ತಕಲೋಕದಲ್ಲಿ ಅದೊಂದು ಮಹತ್ತರ ಹೆಜ್ಜೆಯಾಗಲಿದೆ. ಜೊತೆಗೆ ಮುಂದಿನ ವರ್ಷದಿಂದ ಕನ್ನಡದ ಮಹತ್ತರ ಪುಸ್ತಕಗಳನ್ನು ಇಂಗ್ಲಿಷಿಗೆ ಅನುವಾದಿಸುವ, ಇ-ಬುಕ್‌ಗಳನ್ನಾಗಿಸುವ, ಆಡಿಯೋ ಬುಕ್‌ಗಳನ್ನಾಗಿಸುವ ಪ್ರಯತ್ನ ಸದ್ದಿಲ್ಲದೆ ಜಾರಿಯಲ್ಲಿದೆ. ಈ ಎಲ್ಲಕ್ಕಿಂತ ಮುಖ್ಯವಾಗಿ ವೀರಲೋಕ ವೆಬ್‌ಸೈಟ್‌ನಲ್ಲಿ ಲಕ್ಷಕ್ಕೂ ಹೆಚ್ಚು ಕನ್ನಡದ ಪುಸ್ತಕಗಳು ಒಂದೇ ಕಡೆ ಲಭ್ಯವಿರುವಂತೆ ಮಾಡುವ ಪ್ರಯತ್ನ ಕಳೆದ ಆರು ತಿಂಗಳಿದ ಅತ್ಯಂತ ತ್ವರಿತಗತಿಯಲ್ಲಿ ಈಡೇರುತ್ತಿದೆ. ಇದಿಷ್ಟು ವೀರಲೋಕ ಅಪ್‌ಡೇಟ್ಸ್.

ಈ ಸಂಕಟ-ಸಂಭ್ರಮದ ನಡುವೆಯೇ 'ಒಂದು ಆದಿಮ ಪ್ರೇಮ' ಕವನ ಸಂಕಲವನ್ನು ನಿಮ್ಮ ಕೈಗಿಡುತ್ತಿರುವುದಕ್ಕೆ ಖುಷಿಯಾಗುತ್ತಿದೆ. ಈ ಪ್ರೇಮದ ಘಮಲಿನ ಸೃಷ್ಟಿಕರ್ತರು ನಮ್ಮ ನಡುವಿನ ಪ್ರಮುಖ ಕವಯತ್ರಿ ನಂದಿನಿ ಹೆದ್ದುರ್ಗ. ಬರೆದಂತೆ ಬದುಕುವವರ, ಬಂದಂತೆ ಬದುಕುವವರ ಪ್ರಭೇದ ಅಳಿವಿನಂಚಿನಲ್ಲಿದೆ. ಅಂತಹ ಅಳಿವಿನಂಚಿನ ತಂಡದ ಸದಸ್ಯೆ ನಮ್ಮ ಈ ಕವಯಿತ್ರಿ. ಇಂತಹ ಕವಿಹೃದಯದಿಂದ ಬಂದ ಕವನಗಳು ಓದುಗರಿಗೆ ಹೊಸ ಅನುಭೂತಿಯನ್ನು ನೀಡುವುದರಲ್ಲಿ ಅನುಮಾನವಿಲ್ಲ.

ಈ ಕವನ ಸಂಕಲನವನ್ನು ಓದುತ್ತಾ ಓದುತ್ತಾ ನಮ್ಮೊಳಗೊಂದು ಪ್ರೇಮ ಹುಟ್ಟುತ್ತದೆ. ಪ್ರತಿ ಸಾಲುಗಳು ವಿರಹದಂತೆ ಕಾಡುತ್ತವೆ. ರೂಪಕಗಳು ನಮ್ಮದೇ ಕನಸೆನ್ನುವಂತೆ ಥೂತ್ತೆಂದು ಎದುರುಗೊಳ್ಳುತ್ತವೆ. ನಮ್ಮ ಎದೆಯೊಳಗೊಂದು ಸಾರ್ಥಕ ಭಾವ ಮೂಡಿಸುತ್ತಾ, ಪ್ರೇಮದ ಹುಡಿ ಪುಟ ತಿರುಗಿಸಿದ ನಮ್ಮ ಬೆರಳುಗಳಿಗೆ ಅಂಟಿಕೊಳ್ಳುತ್ತದೆ. ಆ ಅನುಭೂತಿ ನಿಮ್ಮದೂ ಆಗಲಿ ಎನ್ನುವುದು ನನ್ನ ಸ್ವಾರ್ಥ.

ಕವಿತೆಗಳಿಗೆ ಕಾಲವಲ್ಲ ಎಂಬ ಮಾತಿದ್ದರೂ ವೀರಲೋಕ ಕವಿತೆಗಳನ್ನು ಪ್ರಕಟಿಸುತ್ತಿರುವುದು ಅವರ ಕವಿತೆಗಳ ಮೇಲಿನ ನಂಬಿಕೆಯಿಂದ.

ಪ್ರತಿಯೊಬ್ಬರಿಗೂ ಒಂದಾದರೂ ಬಾಲ್ಯದ ಕವಿತೆ ನೆನಪಲ್ಲಿ ಉಳಿದಿರುತ್ತದೆ. ವಾಸ್ತವದಲ್ಲಿ ನಮ್ಮ ಬಾಲ್ಯವನ್ನು ಆಳುವುದು ಪದ್ಯಗಳೇ ಹೊರತು ಗದ್ಯಗಳಲ್ಲ. ಅಂತಹ ಪದ್ಯಪರಂಪರೆಗೆ ವೀರಲೋಕ ಬೆನ್ನು ಹಾಕಿ ನಿಲ್ಲುವುದು ಸರಿಯೆಲ್ಲವೆಂಬ ಕಾರಣಕ್ಕೆ ವರ್ಷಕ್ಕೆ ಇಂತಿಷ್ಟು ಕವನ ಸಂಕಲನಗಳನ್ನೂ ಹೊರತರುವ ಯೋಜನೆ ನಮ್ಮ ಮುಂದಿದೆ. ನಂದಿನ ಹೆದ್ದುರ್ಗ ಅವರ ಈ ಕವನ ಸಂಕಲನ ಖಂಡಿತವಾಗಿಯೂ ನಿಮಗೆ ಇಷ್ಟವಾಗುತ್ತದೆ ಮತ್ತು ಮುಂದಿನ ಅವರ ಕವನ ಸಂಕಲನಕ್ಕೆ ನೀವು ಕಾಯುವಿರಿ ಎಂದು ಭಾವಿಸಿದ್ದೇನೆ.

ಈ ಕೃತಿ ಹೊರಬರಲು ಸಾಕಷ್ಟು ಜನಗಳ ಶ್ರಮವಿದೆ. ಮುಖಪುಟ ಕಲಾವಿದರು, ಒಳಪುಟ ವಿನ್ಯಾಸಕರು, ನಮ್ಮ ಮುದ್ರಕರಾದ ರೀಗಲ್ ವೆಂಕಟೇಶ್ ಅವರು ಮತ್ತು ನನ್ನ ಸಹೋದ್ಯೋಗಿಗಳಾದ ಆನಂದ್ ರಾಚ್, ಅನಂತ ಕುಣಿಗಲ್, ರಾಜುವಿಷ್ಣು, ವಿಶ್ವಜಿತ್ ಹೆಗಡೆ, ವಿಷ್ಣು ಗೋವಿಂದ್, ಮಮತಾ, ಪಾರ್ವತಿ, ರಾಘವ್ ಎಲ್ಲರಿಗೂ ಧನ್ಯವಾದಗಳು.

ಓದಿನ ನಶೆ ನಿಮಗೇರಲಿ...

ನಿಮ್ಮ

–ವೀರಕಪುತ್ರ ಶ್ರೀನಿವಾಸ

ಅನುಕ್ರಮಣಿಕೆ

ನಾನು ಮತ್ತು ನೀನು
ಈ ಜಗದ
ಮುಖ್ಯ ಪ್ರಾಣ ದೇವರು

1

ಅಶ್ರುತ ಗಾನ

ಚಿಗುರಿದ ಆ ಮರದಲ್ಲಿ ಕುಳಿತು
ಒಗರು ಮೆಲ್ಲುವ
ಎಲ್ಲ ಕೋಗಿಲೆಗಳೂ
ಹಾಡುತ್ತಿರುವುದಿಲ್ಲ.

ಕೆಲವು
ಬಿಟ್ಟು ಬಂದ
ತಮ್ಮ ಮೊಟ್ಟೆಗಳ ಕುರಿತು
ದುಃಖಿಸುತ್ತಿರುತ್ತವೆ.

ಕೆಲವು
ನಾಕು ಒಣಕಡ್ಡಿ ಹುಡುಕಿ
ಗೂಡು ಮಾಡಲಾಗದ
ತಮ್ಮ ಅಸಹಾಯಕತೆಗೆ
ಮರುಗುತ್ತಿರುತ್ತವೆ.

ಕೆಲವು
ತಮ್ಮ ಹೆತ್ತವರ
ಒಡಹುಟ್ಟಿದವರ
ನೆನಪಲ್ಲಿ
ನೋಯುತ್ತಿರುತ್ತವೆ.

ಕೆಲವು
ತಮಗೆ ಕಾವುಕೊಟ್ಟ
ಕಪ್ಪು ಹೊಟ್ಟೆಯ
ನೇವರಿಸುವ ಆಸೆಗೆ

ನಿಟ್ಟುಸಿರಿಟ್ಟು
ಹುಡುಕುತ್ತಿರುತ್ತವೆ.

ಇನ್ನೂ ಕೆಲವು
ತಮ್ಮನ್ನು
ಕಾಗೆಯಾಗಿಸದ
ಆ ವಿಧಿಯನ್ನು
ಹಳಿಯುತ್ತಿರುತ್ತವೆ.

ಚೈತ್ರ ಬಂದೊಡನೆ
ಒಳಗೆ ವ–
ಸಂತನನ್ನು
ತುಂಬಿಕೊಂಡು
'ಆಹಾ'
ಎನ್ನುವವರೆಲ್ಲ
ಕೋಗಿಲೆಯ ಹಾಡು
ಕೇಳಿಸಿಕೊಳ್ಳುವುದಿಲ್ಲ.

ಕೆಂಪು ಕೊಕ್ಕನ್ನು
ನೀಲಿ ರೆಕ್ಕೆಯನ್ನು
ಕೇಸರಿ ಶಿಖೆಯನ್ನು
ಗುಲಾಬಿ ಪಾದವನ್ನು
ರಾಗಕ್ಕೆ ಅನುಸಾರ
ಜೋಡಿಸಬೇಕಿತ್ತೆಂದು
ಹಾಗೂ
ಆ ಹಕ್ಕಿ ತಮ್ಮ ಖಾಸಗಿ
ಪಂಜರದಲ್ಲಿರಬೇಕಿತ್ತೆಂದು
ತೀರ್ಮಾನ
ನೀಡುತ್ತಿರುತ್ತಾರೆ.

2

ಬಡಪ್ರೇಯಸಿಯ ಆತ್ಮಕಥೆ

ಬರಗಾಲದ ದಿನಗಳು
ಇನ್ನೂ ಅವು
'ಆ
ಒಲುಮೆ ಎದೆಗೆ ತಾಕಿದ
ಮರು ಕ್ಷಣವೇ
ನನ್ನ ನಾಳೆಗಳು
ಜೀವ ತಳೆದವು'

ಸುಟ್ಟ ನೋವುಗಳಿಗಿರಲಿಲ್ಲ
ಕೆಟ್ಟ ವಾಸನೆ;
'ಅಣುಅಣುವು ಗುಣವಾಗಿ
ಜೀವಕೋಶದ ಗಾಯಕ್ಕೆ
ಹೊಲಿಗೆಯಾಗಿ
ನರಜಾಲದೊಳಗೆ
ಜುಳುಜುಳು
ಬೆಳಕು ಹರಿದು
ಜಂಝಾವಾತಗಳೆಲ್ಲವನು
ಸಂಜೆಯ ಸಂಭಾಷಣೆ
ಸಲುಹಿ...'

ಬಂದ ಚೈತ್ರದ ಮುಂದಕ್ಕೆ
ಹಿತದ ಋತುಗಳ ಪರಿಷೆ!
'ಇಷ್ಟು ಕಾಲವಾದರೂ
ಈ ಕೊಳದಲ್ಲಿ ಇಳಿಕೆಯಿಲ್ಲ
ಪ್ರಭುವೇ

ಬೆತ್ತಲೆದೆಯಲಿ ಹಬ್ಬಿದ
ಭವದ ಬಳ್ಳಿಯೇ ನಾನು?
ಉತ್ತರೀಯಕ್ಕೆ ಸುತ್ತಿ
ಹೊತ್ತು ನಡೆಯಲು ಹೇಳು
ಹೊರತು
ಬಿಟ್ಟು ಬಾಳುವ
ಪಾಠ ತುರ್ತಾಗಿ ಬೋಧಿಸು'

ಹೊಲದ ತುಂಬೆಲ್ಲ ಹಕ್ಕಿ
ಮುಗಿಲಲ್ಲೂ ಹಕ್ಕಿ
ಮಾಡಲ್ಲೂ ಹಕ್ಕಿ!!!
'ಈ ಮೂಲದೇವರ
ಹೊರತು
ಮತ್ತೇನಾದರೂ
ಮೂಡದೆ ಕಂಗಾಲಾಗಿದೆ
ಬಾಳು'

ಸುಖವೆಂಬುದಕ್ಕೆ ಕೊರತೆಯಾಗದೆ
ಸುಖ ಸುಖವೆನಿಸದು ಗೆಳತಿ
'ಒಂದು ಬಿಲ್ವ ಇಟ್ಟು
ತುತ್ತು ಬುತ್ತಿ ಕೊಟ್ಟು
ಉಪಚರಿಸುವೆ ಶಿವನೆ
ತೃಪ್ತನಾದೀ ತಾನೇ
ಒಡ್ಡಿಕೊಂಡಿರುವವಳು
ಭೂಮಿ
ರಭಸವಾಗಿಳಿಯೊ ನನ್ನ ಸ್ವಾಮಿ
ಅಸ್ತಿಗೆ ಮುಕ್ತಿ ಬೇಕಿದೆ
ಅಸ್ತು ಹೇಳಿ ಹೊರಡು
ದೂರವಿದೆ ಗಿರಿ
ಕಾಯುತ್ತಾಳೆ ಗೌರಿ'

ಬಡಪ್ರೇಯಸಿಯ
ಆತ್ಮಕಥೆಯಿಂದ ಆಯ್ದ ಸಾಲುಗಳು
ಇವು...
ನ್ಯಾಯೋನ್ಮಾದದ ತೀರ್ಪು
ಕೊಡುವಲ್ಲಿ ನಿಸ್ಸೀಮರು
ನೀವು.

3

ಒಂದು ಮರ ಕಡಿದು ಉರುಳಿಸಿದ ಮೇಲೆ

ಒಂದು ಮರ ಕಡಿದು
ಉರುಳಿಸಿದ ಮೇಲೆ
ಸುಳಿಗಾಳಿಗೆ ಅದು
ತಲೆದೂಗುವುದಿಲ್ಲ
ಮಾಗಿಗೆ ಬೋಳಾಗುವುದಿಲ್ಲ
ಮಳೆ ಸುರಿದರೂ
ನಳನಳಿಸುವುದಿಲ್ಲ
ಚೈತ್ರಕ್ಕೆ ಚಿಗುರುವುದಿಲ್ಲ
ಹೂ ಅರಳುವುದಿಲ್ಲ
ಫಲ ಕಟ್ಟುವುದಿಲ್ಲ

ಒಂದು ಮರ ಕಡಿದು
ಉರುಳಿಸಿದ ಮೇಲೆ
ಚಿಟ್ಟೆ ಪಟಗುಡುವುದಿಲ್ಲ
ಹಕ್ಕಿ ಹಾಡುವುದಿಲ್ಲ
ಗೂಡು ಮಾಡುವುದಿಲ್ಲ
ಅಳಿಲು ಆಡುವುದಿಲ್ಲ
ಜೇನು ಸುಳಿಯುವುದಿಲ್ಲ
ದುಂಬಿ ಮೊರೆಯುವುದಿಲ್ಲ
ತನುವಿಲ್ಲ ಬನಿಯಿಲ್ಲ
ಮರ್ಮರದ ದನಿಯಿಲ್ಲ

ಒಂದು ಮರ ಕಡಿದು
ಉರುಳಿಸಿದ ಮೇಲೆ

ನಡು ಇರುಳಿಗದು
ಪಿಸುಗುಡುವುದಿಲ್ಲ
ಹೊಸಬೆಳಗಿಗೆ
ಹೊಳೆಯುವುದಿಲ್ಲ
ಮೊಗ್ಗುದುರಿ
ಚದುರುವುದಿಲ್ಲ

ಒಂದು ಮರ ಕಡಿದು
ಉರುಳಿಸಿದ ಮೇಲೆ
ಅದು ಬಾಗುವುದಿಲ್ಲ
ಮಾಗುವುದಿಲ್ಲ
ತೂಗುವುದಿಲ್ಲ
ಹಾದಿಹೋಕ ಬುಡದಲ್ಲಿ
ಕೂರುವುದಿಲ್ಲ
ತುರಿಸಿದಾಕಳು
ಗೌರಿದೊಗಲು
ತುರಿಸಿಕೊಳುವುದಿಲ್ಲ

ಒಂದು ಮರ ಕಡಿದು
ಉರುಳಿಸಿದ ಮೇಲೆ
ಒಲಿದ ಹೃದಯಗಳು
ಬಳಸುವುದಿಲ್ಲ
ಮರೆ ನೋಡಿ
ಮುತ್ತಿಡುವುದಿಲ್ಲ
ಚೂಪುಗಲ್ಲು ಹುಡುಕಿ
ಹೆಸರು ಕೊರೆಯುವುದಿಲ್ಲ
ಕದ್ದು ನೋಡಿದ್ದಕ್ಕೆ
ಕಾದಾಡುವುದಿಲ್ಲ
ಮತ್ತೆ ಒಲಿಯುವುದಿಲ್ಲ

ಒಂದು ಮರ ಕಡಿದು
ಉರುಳಿಸಿದ ಮೇಲೆ

ಒಲವಿನಲಿ
ಮುಗಿಲ ಕರೆಯುವವರು
ಇರುವುದಿಲ್ಲ
ಬೊಗಸೆ ತುಂಬಿದ ಮಳೆ
ಬಾಯಿಗಿಳಿಯುವುದಿಲ್ಲ
ಎಲೆಯುದುರಿ ನೆಲ
ಫಲವತ್ತಾಗುವುದಿಲ್ಲ

ಹೃದಯವೊಂದು ಒಲಿದು
ಬಂದಾಗ
ನೇತಿ ಎಂದಾಡಬೇಡಿ ಜಗದ
ಕಾಪುರುಷರೇ
ಒಂದು ಮರ ಕಡಿದು
ಉರುಳಿಸಿದ ಮೇಲೆ
ಧರೆ ಉಳಿಯುವುದಿಲ್ಲ
...

ಲೋಕದ ದೋಷ ಕಾಣದ
ಪ್ರೀತಿಗುರುಡಿನ ರೋಗವಿದೆ
ನನಗೆ

4

ನಿಶ್ಚಿಂತ

ಎಷ್ಟೊಂದು ಪ್ರೇಮಪದ್ಯಗಳಿವೆ
ನನ್ನ ಹಳೆಯ
ಸಂಗ್ರಹದಲ್ಲಿ!
ಅಕ್ಷರಗಳ ಆಕಾರ
ನೇವರಿಸಿ
ಬಣ್ಣ ಭಾವ ಅರಸಿ
ಬೆವರ ವಾಸನೆ ಗ್ರಹಿಸಿ...

ವಿಳಾಸ ಹುಡುಕುವ
ಹುಚ್ಚು
ಆಗಾಗ್ಗೆ ನನಗೆ

ಹಣೆಯ ಮೇಲಿದ್ದ
ಒಂದೆಳೆ
ಹೆರಳು ಸರಿ ಮಾಡಿ
ಸಣ್ಣಗೆ ಏನೋ
ಹೇಳಿದವನನ್ನೇ
ನೋಡಿದ್ದೆ.
ಗಲ್ಲ ಹಿಡಿದೆತ್ತಿ
ನೆನಪುಗಳ
ಹರವಿಕೊ ಹುಡುಗಿ ಎಂದ

'ನಿನ್ನ ಗಳಿಸಿದ್ದಕ್ಕೆ
ಕಳೆದ ಎದೆಗಳ ಎಣಿಕೆ
ಶುರುವಾಗಿದೆ'
ಬಿಕ್ಕಿದವಳ ಎದೆಗೆ

ಒತ್ತಿಕೊಳ್ಳುತ್ತಾನೆ
'ಯಾವ ಎಣಿಕೆಗಳು
ನನ್ನೊಂದು ದಿನದ
ಪ್ರೇಮಕ್ಕೆ ಸಮವಲ್ಲ'

ಅವನ ನಿಶ್ಚಿಂತ
ನೋಟಕ್ಕೆ ಬೆರಗಾದವಳು
ನಾನು!
ಮುಖ ಸವರಿ ನೆಟಿಕೆ
ಮುರಿದವನ
ಒಲವಿಗೆ ಅಳತೆ
ಏನುಂಟು ಇಲ್ಲಿ

ಇದು
ಅಡಗಿಸಿದಷ್ಟೂ
ಹೊರಳಿ ಮರಳುವ
ಕೋಲಾಹಲ!
ಪರಿಮಳ ಉಳಿದ
ಒಣಹೂವಿನೊಂದು
ದಳ

5

ತಾರಸಿ ತೋಟವೂ ಅವಳೂ

ಒಂದು ಎರಡು ಮೂರು
ಏರುತ್ತಿದ್ದಾನೆ ಅವನು
ಕೊನೆಯ ಫ್ಲೋರು
ಐದು ಆರು ಏಳು
ಮೆಟ್ಟಿಲು
ಗಳ ದಾಟಿ ಹೊರಗಿಟ್ಟರೆ
ಕಾಲು
ಬಟಾಬಯಲು
ಕೈಯಿಗೇ ಸೂರ್ಯ
ಬಗಲಿಗೆ ಮುಗಿಲು
ಅಂತರದಲ್ಲಿ ಅಂತರಿಕ್ಷ

ಅಲ್ಲಿ...
ಅವನದೊಂದು ತಾರಸಿ ತೋಟ;
ಬೆಳೆಯುತ್ತಾನೆ
ತೊಂಡೆ ಬೆಂಡೆ ಬದನೆ ಬಸಳೆ
ಹೀರೆ ಸೋರೆ ಶುಂಠಿ
ಗುಲಾಬಿ
ನನ್ನೂರಿನಿಂದ ಒಯ್ದ
ಒಂದು ಹಳದಿ ದಾಸವಾಳ
ಅವನು ನನ್ನನ್ನು ಕರೆಯುವುದೇ
ಹಾಗೇ
'ಏನು ಮಾಡುತ್ತಿದೆ ಈಗ...?
ನನ್ನ ಮುದ್ದು ದಾಸವಾಳ!'

ಕಣ್ಣು ಹಾಕಬೇಡಿ ಮತ್ತೆ
ಓದಿದ ನೀವು

ಮಣ್ಣು ಹದಮಾಡಿ
ಬೀಜ ಬಿತ್ತಿ ಬಳ್ಳಿಗೆ ಆಸರೆ
ಹಬ್ಬಿಸಿ ಉಬ್ಬಿ ಒಳಗೊಳಗೇ
ಮೈ ತುಂಬಾ
ಘಮ್ಮನೆ ಹೂವು ಬಿರಿದಾಗ
ಮರುಭೇಟಿಯಲ್ಲಿ
ಮುಡಿಗಿಡಬಹುದೆಂದು
ಉಡಿ ತುಂಬಹುದೆಂದು
ಸುಖದ ಉಸಿರೊಂದ
ಮೆಲ್ಲ ಚೆಲ್ಲುತ್ತಾನೆ

ಬೆಳೆದೂ ಬೆಳೆದು
ಭಾನು ಮುಟ್ಟಬಹುದೆಂದು
ತೊಂಡೆ ತಾನು,
ಬೆಂಡೆ ಹೀಚು ಗಟ್ಟಿ
ಬದನೆ ಭಾರಕ್ಕೆ ಬಾಗಿ
ಬಸಳೆಪಲ್ಯಕ್ಕೆ ದೋಸೆ ಅದ್ದುವಾಗ
ಕ್ಲಿಕ್ಕಿಸಿ ಕಳಿಸುತ್ತಾನೆ
ನನ್ನ ತಾರಸಿ ತೋಟದ ಬೆಳೆ!
ನಾನೂ ಕೃಷಿಕನಾಗುವವನು ನಾಳೆ!!

ಗೊಬ್ಬರ ಉದುರಿಸಿ
ಹುಳು ಹಿಡಿದ ಎಲೆ ಆರಿಸಿ
ಒಣರೆಕ್ಕೆ ಮುರಿದು
ನೀರೂಡಿ
ಬೆವರಿ ಮುದ್ದೆಯಾದಾಗ
ಹೂಚಪ್ಪರದಡಿಯಲ್ಲಿ ಕೂತು
ಹಚ್ಚಿ ಫೋನು ಪಿಸುಗುಡುತ್ತಾನೆ
'ಏನು ಮಾಡುತ್ತಿದೆ ಈಗ?

ನನ್ನ ಮುದ್ದು ದಾಸವಾಳ!!'
ಪಿಕಳಾರ ಕದ್ದು ನೋಡಿ ರೆಕ್ಕೆ ಬಿಚ್ಚುತ್ತದೆ
ಅವಧಿಗೂ ಮುನ್ನವೇ ಗೂಡಿನಲಿ ಮೊಟ್ಟೆ

ಲೋಕ ಕೆಂಪೇರಿ ಕೇಳುತ್ತದೆ
'ಯಾಕಿಷ್ಟು ಹಚ್ಚಿಕೊಂಡರು
ಇವರಿಬ್ಬರು!'

ಮೊನ್ನೆ ತಿಂಗಳ ತನಕ
ಏನೇನೋ ಬೇಗೆ
ಜೀವಕ್ಕೆ ನೋವು ನಾಲಿಗೆ ಬೇವು
ದಾಟಲಾರ ಈಗ ಖಾಲಿ ತನ್ನಂಗಳ
ಕೋಣೆ ಬಾಗಿಲು ಮನಸ್ಸು
ಏನೂ
ಮದ್ದು ಮಾತ್ರೆಯಲಿ ಬಂಧಿ
ಒಡನಿದ್ದೂ ಏಕಾಂಗಿ
ಗೂಗಲಿಸುತ್ತಾನೆ ಆಗಾಗ
'ರೀಸನ್ ಫಾರ್ ಅನ್ನೋನ್ ಪೇಯ್ನ್?'

ಕಾಯುತ್ತದೆ ತಾರಸಿಯಲಿ ತೋಟ
ಮೊನ್ನೆ ತಾನೇ ಪಾಟು
ಬದಲಿಸಿಕೊಂಡ ಸಪೋಟ
ಪುದೀನಾ ಕೊತ್ತಂಬರಿ
ಕಸುವಿರದ ದೇಹ
ಆಯಾಸ, ಶರೀರದೋಷ
ಬೆರೆಯಲಾಗದು, ಬೆವರಲೂ
ಹೊಳೆಯಲಾಗದು, ಮೊಳೆಯಲೂ...

ಅಲ್ಲೊಂದು ಹೊಸಬಳ್ಳಿ,
ಕೊಟ್ಟಿದ್ದು ಉಡುಗೊರೆಯಲ್ಲಿ
ಅವಳು
ಕಳೆದ ಋತುವಿನಲ್ಲಿ

ಮೈತುಂಬಾ ಮುಗಿಲ ನೀಲಿ
ಇಲ್ಲಿ ಬಿತ್ತಿ ಎಲ್ಲಿ ಹೋದನು ಇವನು
ಬಯಸಿದವನು ನೇವರಿಸಿದವನು

ಮೊದಲೇ ಬಳ್ಳಿ...

ಕಾದು ಕನವರಿಸಿ
ತನ್ನ ಸುಳಿಯ ಇಳಿಸುತ್ತಿದೆ
ಆಳಕ್ಕೆ ಕೆಳಮಹಡಿಯ
ಅವನ ಕೋಣೆ ಕಿಟಿಕಿ
ಯ ಪಾತಾಳಕ್ಕೆ ರಸಾತಳಕ್ಕೆ

ಇಲ್ಲಿ
ಮುದ್ದು ದಾಸವಾಳ
ದ ಎದೆ ಕುಗ್ಗಿ
ನಿಗವಿರದೆ ನಗುವಿರದ
ಪೇಲವದ ದಳ
ದಳದಳದಳ

6

ಸಂಜೆ ಮಳೆ ಬೀಳಬಹುದು

ಆದ ಗಾಯಗಳಿಗೆ ಮದ್ದು
ಮಾಡಬಾರದು ಹುಡುಗಿ
ಬೀಸು ಗಾಳಿಗೆ ಒಡ್ಡಿಕೊ
ಕೊಳದ ತಿಳಿನೀರಿನಲಿ
ತೊಳೆಯಬೇಡ
ಮುದ್ದು ನೈದಿಲೆಗಳ
ನೇವರಿಸಿ ಚಂದಿರನ
ವಿಚಾರ ತಿಳಿದುಕೊ
ನೋವಿಗೆ ಹೆದರಿ
ಕೋಣೆಯಲ್ಲೇ ಉಳಿಯಬಾರದು
ಬೇಲಿಯಾಚೆಗೊಂದು
ಬಾಗಿಲಿರಬಹುದು

ಉರಿವ ದೊಂದಿಯನು
ಹಿಡಿದವರ ನಿಲ್ಲಿಸಿ
ಸೌಖ್ಯ ಕೇಳಿದರಷ್ಟೇ
ಸಾಲದು
ಅಂಗಳದ ತಗ್ಗಿನಲಿ ನಿಂತ
ಮಳೆನೀರಿಗದ್ದು ಕಿಡಿಯನ್ನು
ನಡುಗುವ ಮಣ್ಣೀಗ
ನಗೆ ಬೀರಬಹುದು
ಕಳೆ ಹೂವಿನ ಹೊಳಪು
ಹಾದಿಗೆ ಬೆಳಕಾಗಬಹುದು

ಛಿದ್ರ ಮಾಡಿಕೊಳ್ಳಬಾರದು
ವೃಥಾ ಹೊದ್ದ ವಸ್ತ್ರಗಳನ್ನು

ಸೂಜಿಯನ್ನೇ ಪೂಜಿಸಬೇಕು
ಮೇಜು ಶುಭ್ರವಾಗಿರಬೇಕೆಂದರೆ
ಕೆಳಗೊಂದು
ಹೂಜಿಯಿಡಬೇಕು
ಉಮ್ಮಳಿಸುವ ಹೊತ್ತಿನಲಿ
ಒಬ್ಬಳೇ ಉಳಿಯಬೇಕು
ಸಂಜೆ ಮಳೆಬೀಳಬಹುದು

ಗಾಜಿನ ಮನೆಯಲ್ಲಿ
ಗೋಡೆ ಮಾತ್ರ ಒಡೆಯುವುದಿಲ್ಲ ಗೆಳತಿ
ಲೋಕಕ್ಕೆ ಒಳಗಿನ ತೂತು
ಕಾಣಿಸುತ್ತದೆ
ಕಟ್ಟಳೆಗಳ ಒಟ್ಟಿಲಿಂದ ಒಂದೊಂದೇ ಕಟ್ಟಿಗೆ
ತೆಗೆದು ಚಪ್ಪರ ಮಾಡಬಹುದು
ಒಂದು ತೊಂಡೆ
ಬಳ್ಳಿಯನೂರಿದರೆ
ಪದಾರ್ಥ ಮಾಡಬಹುದು

ಕಂಡಕಂಡ ಕಿವಿಗಳಲ್ಲಿ
ನೋವುಗಳನ್ನೇ ಹಾಡಬಾರದು ಗೆಳತಿ
ಎದುರಾದ ಒಳದಾರಿಗಳಲ್ಲೆ
ನಡೆಯುತ್ತಿರು
ಅರಮನೆಯ ಕುರುಹು
ದೊರೆಯಬಹುದು
ಆಗಾಗ ಕತ್ತೆತ್ತು
ನಮ್ಮ ಆಕಾಶದಲ್ಲೂ
ಚುಕ್ಕಿಗಳು ಹಕ್ಕಿಗೂಡುಗಳಿಗೆ
ಹಾಡು ಜೋಡಿಸುವುದನು
ನೋಡಬಹುದು.

ಪರಿಧಿಯಾಚೆಗೊಂದು
ಪುಳಕ ಕಾಣಿಸಿದರೆ

ಒಳಗೇ ಉಳಿಯಬಾರದು
ಒಡೆದ ಕನ್ನಡಿಯೆದಿರು
ಕುಳಿತು ಬಡಬಡಿಸಬೇಡ ಗೆಳತಿ
ಬೊಗಸೆ ನೀರಲ್ಲಿ ಮುಖ ನೋಡಿಕೋ
ನಿನ್ನೊಳಗನ್ನೂ ದಾಟಿ
ಹೊಸದೂರ ಕ್ರಮಿಸಬಹುದು
...
ನೆನೆಯಿಟ್ಟು
ತೊಳೆದೆ.
ನನ್ನ ಪದ್ಯ
ಸದ್ಯ
ಪ್ರೇಮ
ಬಿಡಲಿಲ್ಲ

7

ಕವಿತೆ

ತಬ್ಬಿ ಮಲಗುತ್ತದೆ
ಜೊತೆಗೇ
ಮಗ್ಗುಲಾದರೆ
ಒಣಗಿದ ತುಟಿ ತೋರಿಸಿ
ಎದೆ ಕೇಳುತ್ತದೆ
ಹೊರಳಿದರೆ
ಬೆನ್ನಿಗೆ ಮೂಗುಜ್ಜಿ
ಕಚಗುಳಿಯಿಡುತ್ತದೆ

ನಿದ್ದೆ ಬಂತೆನ್ನುವಾಗ
ಬಳ್ಳಿಯಂತೆ ಹಬ್ಬಿಕೊಳ್ಳುತ್ತದೆ
ನಡುರಾತ್ರಿ ಹೊದ್ದ ಕಂಬಳಿ
ಒದ್ದು
ಮಂಚದ ಆ ತುದಿಯಲ್ಲಿ
ಕುಂತು ಬಿಕ್ಕುತ್ತಿರುತ್ತದೆ

ಅಯ್ಯೋ
ಹಸಿವಾಯ್ತಾ ಪುಟ್ಟಾಣಿ
ಎನ್ನುತ್ತ ಮುದ್ದುಗರೆದರೆ
ತನ್ನ ಹಾಲುಗೆನ್ನೆಯ ಮೇಲಿನ
ಕಣ್ಣೀರು ಸೀಟಿಕೊಂಡು
ಎಂದೋ
ಹಕ್ಕಿಗೆ ಎಸೆದಿದ್ದ
ಒಣರೊಟ್ಟಿ ಕೇಳುತ್ತದೆ

ಮುಂಜಾವಿಗೇ ಎದ್ದು
ಸಲ್ಲದ್ದಕ್ಕೆ ಹಠ ಹಿಡಿದು
ತೊಂಡೆ ಚಪ್ಪರದ ಮೇಲೆ ಕುಂತು
ಸುಮಾನಿ ಮಾಡಿದಾಗೆಲ್ಲ
ಅವುಚಿ ಹಾಳೆಗಿಳಿಸಲು
ನೋಡುತ್ತೇನೆ

ಅಂಗಿ ಕಳಚಿ ತೆಂಗಿನ ಮರದ ಮೇಲೆ
ಕುಂತಿದೆ!!
ಬೀಳಬಾರದೇ ಕವಿತೆ...
ಇಳಿಯುವಾಗ ಮೆಲ್ಲಗೆ
ಎಂದೆಚ್ಚರಿಸಿ
ನಿಟ್ಟುಸಿರಿಟ್ಟು ಒಳಬಂದರೆ
ಕಾಯುತ್ತವೆ ಸಿಂಕಿನಪಾತ್ರೆ

8

ಕೊಂದವರುಳಿವರೆ?

ಬೆವರುಹಣೆ ಬೆಳಗುಕಣ್ಣು
ಮಿಡಿವ ಒಡಲು ಸುಖದ ಸೋಲು
ಯಾವ ಗಾಯ ಯಾವ ನೋವು
ಯಾಕೆ ಕಾವು ಜೀವ ವಿವಶ
ಭೆಟ್ಟಿ; ಹಾಲು ಜೇನು

ಪುಟ್ಟ ಹಕ್ಕಿ ಜೋಡಿ
ಹೊತ್ತ ಹುಲ್ಲಿನೆಸೆಳು, ಗೂಡು
ಸರಿವ ಬಸ್ಸು ಕಾರು, ದೂಳು
ಮತ್ತೆ ಮತ್ತೆ ಇಣುಕು
ಎದೆಯ ಕುಲುಮೆ ಕೆದಕು
ಕಾದುಕಾದು ರೋದ
ಹೊಲಬುಗೆಟ್ಟು ಕ್ರೋಧ
ರಚ್ಚೆಯಾತ್ಮ ಹುಚ್ಚುಹಠ
ಜೀವ; ಹರವಿದ ಬಲೆ ವ್ಯಾಧ

ಎಲ್ಲಿ ಅವನು ?
ಬರುವೆ ಎಂದವನು?
ಅವನೆಲ್ಲಿ? ಅವನೇ ಏನು?
ಓ ಅಲ್ಲಿ
ಫ್ಲೈಓವರಿನ ಕೆಳಗೆ ನಿಂತವನು?
ಹಸಿರು ಅಂಗಿಯವನು?
ಹೊದರು ನಗೆಯವನು?
ಹಸಿಯ ಮನಸಿನವನು?

ಅವ ನಲ್ಲ, ನಲ್ಲ ಇವನೂ ಅಲ್ಲ
ನೀವು ಕಂಡೀರಾ ನೀವು ಕಂಡೀರಾ
ಓ ಇವರೆ
ನೀವು ಕಂಡೀರಾ

'ಬಂದೇ ಬರುತ್ತಿಯೆಂಬ
ನಂಬಿಕೆಗೆ
ನಾನಲ್ಲಿಗೆ ಬಂದಿದ್ದರೆ? ರೆ?'
ಟೈಪಿಸಿ ಕಳಿಸಿ
ಕಲಕು ಎದೆಯನ್ನು
ಆವರಿಸಿದ್ದ ಅವಮಾನದಲ್ಲಿ ತೊಳೆದು
ಬೇಗನೆ ಕ್ಯಾಬು ಹಿಡಿಯುವ
ಸಲುವಾಗಿ ಆ್ಯಪು ಹುಡುಕು
ವಾಗಲೇ
ಕಂಡಿತು ರಸ್ತೆ ಬದಿಯಲ್ಲಿ
ಹರಿದ ಶಿವಪಾರ್ವತಿಯರ ಪಟ

ನೀಲಕಂಠ ಫಾಲನೇತ್ರ ತ್ರಿಶೂಲ ರುದ್ರಾಕ್ಷಿ
ಚರ್ಮಾಂಬರಧರ ಕೊರಳ ಸುತ್ತ ಉರಗ
ಪಕ್ಕದಲ್ಲಿ ಉಮೆ
ಶಿವನ ಮಡಿಸಿದ ಆ ತೊಡೆಯ
ಮೇಲೆ ಅವಳ ಅರ್ಧ ತೂಕ ಜಮೆ
ನಂದಿ ಭೃಂಗಿ ಬೆನಕ ಷಣ್ಮುಖ
ತುಂಬಿದೆ ಸಭೆ
ನೋಟ ಕೂಡಿದಾಗೆಲ್ಲ ಅಲ್ಲಿ
ಅನುರಾಗ ಅಲೆಯಲೆಯಲೆಯಲೆ

ಎಲ್ಲಿ ಅವಳು?
ಅದೇ ಆ ಅವಳು?
ಕೊಟ್ಟ ಮಾತಿಗೆ ಉಕ್ಕು ಪ್ರೀತಿಗೆ
ಜಟೆಯ ಸಿಕ್ಕಿಗೆ
ಸೋತು ಇಳಿದವಳು

ತೊರೆದು ಹರಿದವಳು
ಬೈರಾಗಿ ಬಾಳಲ್ಲಿ ಬೆಳಕು ತಂದವಳು
ಚಂದಿರನ ಕಂದ ಎಂದವಳು
ಬಳಲಿ ಬಂದಾಗ ಮುತ್ತು
ಕೊಡುವವಳು
ಕಣ್ಣು ತೊಳೆದವಳು? ಎಲ್ಲಿ ಅವಳು?

ಅರೆ!
ಹರಿದಿದೆ ಪಟ!

ಕೊಂದವರುಳಿವರೆ
ಕೂಡಲ ಸಂಗ
ಮ
ದೇವಾ!

9

ಲೋಕೋತ್ಪತ್ತಿ

ಲಿಂಗದಲಿ ಮನವಾಗಿ
ಲಿಂಗದಲಿ ನೆನಹಾಗಿ
ಹೊತ್ತುಗೊತ್ತಿಲ್ಲದೆ
ಹೊತ್ತಿಕೊಳ್ಳುತ್ತದೆ
ಲಿಂಗವನರಿವ ಮಾಯೆ
ನುಡಿಸುತ್ತೇನೆ
ಮಂದ್ರಕ್ಕೆ ಮೋಹ
ತಾರಕದಲ್ಲಿ ವಿರಹ
ಹುಸಿ ವಿದಾಯ
ಇತ್ಯಾದಿ

ಅಗಮ್ಯ ಅಗೋಚರದಲ್ಲಿ
ತಳಮಳಿಸುವ ಅವನ
ತೋಳೆಯಲು
ಹುಚ್ಚು ಮಳೆ
ಗೆ
ಒಡ್ಡಿಕೊಳ್ಳುವಾಗೆಲ್ಲ
ಘನತೇಜವೊಂದು
ಲೋಕೋತ್ಪತ್ತಿಯ
ಬೀಜ ಬಿತ್ತುತ್ತದೆ

ನನ್ನ ಹಾದು ಹೋಗುವ
ಹಂಬಲಗಳ
ಕದ್ದು ಓದಿದವನಂತೆ
ಸುಲಿಪಲ್ಲ ಗೊರವ

ಕದ ತಟ್ಟುತ್ತಾನೆ
ಸಾವ ಕೆಡುವ ಗಂಡಗಳನು
ಒಲೆಯೊಳಗಿಕ್ಕಿ
ತಿಲದ ಮರೆಯ ತೈಲ
ಸುರಿದಾಗ
ಎಳೆಕಿರಣ
ತಿರುವಿಗಿಳಿಯುತ್ತದೆ

ಹೊಂದುವುದ
ಹೇಳುವಾಗ
ಹದ್ದು ಮೀರಬಾರದು
ಎನ್ನುತ್ತಾ
ಮುದ್ದುಗರೆಯುತ್ತಾನೆ
ಜಗದಗಲ ಮುಗಿಲಗಲ
ಅವನಗಲ ಎನ್ನಾಳ
ಗಳತ್ತತ್ತ
ಹೊತ್ತೊಯ್ಯುವಾಗ
ಅನುವನರಿತು ತನುವ
ಮರೆತ ಕುರಿತಲ್ಲದೆ
ಮತ್ತೇನು ಹೇಳಬಹುದು
ನೀನೇ ಹೇಳೆ
ಗೆಳತಿ!
...

ದೋರೆಗಾಯಿ ಬಿಸುಟು
ಕಚ್ಚಿ ಕೊಟ್ಟ
ಪಾಪದ ಹಣ್ಣು ತಿಂದೆ.

ಹಸಿವೆಂಬುದೇ ಇಲ್ಲಿ
ಘನ ಕಾಣಾ

10

ಬೆಳ್ಳಾನೆ ಬಿಳಿಬೆಕ್ಕೆ

ವಿಧಿಯ ನಿಕಷದಲ್ಲಿ
ಹಕ್ಕಿನ
ಪಾಲು ತಪ್ಪಿದವಳು
ನಾನು

ನಿನ್ನ ಭೆಟ್ಟಿಯಾಗುವ ವೇಳೆ
ನನ್ನ ಕಾಲ ಗುಲಾಬಿ
ಉಸಿರು ನೀಲಿ
ಜೀವ ಅತ್ತರು
ಹಾದಿ ಆರೋಹಣ
ಕೊರಳಲ್ಲಿ ಬಿಳಿ ಬೆಳಕು

ಬೆಣ್ಣೆ ಹಚ್ಚಿದ ರೊಟ್ಟಿ ಕಣ್ಣು
ತಿದ್ದುವ ಚಿತ್ರ ತ್ರಿಕೋನ
ಹೆಜ್ಜೆ ಬಂಡೆದ್ದ ಮಂದಿ
ಹರಿವ ನದಿ ನೆಲ
ಹೂವು ಪುಟ್ಟಾಣಿ ದೇವರು

'ಎಲ್ಲಿ ಹೋದೆಯೊ
ನನ್ನ ಬೆಳ್ಳಾನೆ ಬಿಳಿಬೆಕ್ಕೆ...!!'

ಮಣ್ಣು ಮತ್ತು ಮರವೂ
ಓಡಿಹೋಗಿ ಮದುವೆ
ಮಾಡಿಕೊಳ್ಳುತ್ತಾರಂತೆ
ಆ ಊರಿನಲ್ಲಿ
ಒಂದು ಹಿಡಿ ಮಣ್ಣಿಗೆ

ಎಷ್ಟೊಂದು ಹೆಂಡಿರು!
ಒಂದು ಹಿಡಿ ಮಣ್ಣಿಗೆ
ಭೂಲೋಕ ಭರ್ತಿ ಮಕ್ಕಳು!
ಹಿಡಿದು ಜಪ್ಪಿಸಿ
ದಬಾಯಿಸುವ ಎನಿಸುತ್ತದೆ

'ಕೊಡಿಸು ನನ್ನ ಬೆಕ್ಕನ್ನು'

ಒಂದು ಬಟ್ಟಲು ಬೆಚ್ಚನೆ ಹಾಲಿಟ್ಟು
ಮುರುಮುರು ಗುರುಗುಡುವ
ಅದರೆದೆಯ ಕಚ್ಚಿ ಕೊಲ್ಲುವ ಹುಚ್ಚು
ನನಗೆ
ಮುಳ್ಳು ಮೀಸೆಯ ಕಿತ್ತು
ನನ್ನ ಕಣ್ಣ ರೆಪ್ಪೆಯಾಗಿಸಿಕೊಳ್ಳುವ
ಮೋಹ ನನಗೆ

ದಮ್ಮಯ್ಯ ದೇವರೆ
'ಕರೆಸು ನನ್ನ ಬೆಕ್ಕನ್ನು...
ಕೊಡಿಸು ನನ್ನ ಹಕ್ಕನ್ನು...'

11

ಹಕ್ಕಿ ಹುಡುಗಿಯ ಹಾಡು

ನೀನು ಬಿಡುಗಡೆ ಬಯಸಿದ
ದಿನ
ನನಗಿನ್ನೂ ನೆನಪಿದೆ ಸಖ

ಮುಂದಿನುಯ್ಯಾಲೆಯಲ್ಲಿ
ತೂಗಿಕೊಳ್ಳುತ್ತಿದ್ದವಳ ಸುತ್ತೆಲ್ಲ
ಪಚ್ಚೆಬಣ್ಣದ ನೆನಪು
ಬಣ್ಣ ಗಂಧ ಹಕ್ಕಿ ಚಿಟ್ಟೆಯಷ್ಟೇ
ಅಲ್ಲ
ಮನೆಗಳನ್ನು ಹೂದಳಗಳನ್ನು
ಸುಟ್ಟವರ ಕುರಿತು ಮಾತಾಗುತ್ತಿದ್ದವು
ಎಲ್ಲೋ ಷೆಲ್ಲು ಸಿಡಿದ ಸದ್ದು ಕೇಳಿ
ನಾನು ಬೆಚ್ಚಿದರೆ ನೀನು ಬಿಗಿದು
ಸಂತೈಸುತ್ತಿದ್ದೆ
ಹಾವೂ ಹರಿದಾಡಿದ್ದವು ಹೆಜ್ಜೆಗಳ
ತುದಿಯಲ್ಲಿ
ವಿಷವಿರದ ಹಾವು; ಹೆದರಿದ್ದಕ್ಕೆ
ಕೊನೆಯಲ್ಲಿ ನಕ್ಕಿದ್ದೆವು ನಾವು

ಈ ಲೋಕಕ್ಕೆ ಸಲ್ಲದಂಥ ಪ್ರೀತಿ ನಮ್ಮದು
ಒಬ್ಬರೊಬ್ಬರ ಹಾದಿಗೆ ಕೆಂಪು ದಳಗಳ ಹಾಸಿ
ಎದೆಯೊಳಗೆ
'ಅನಿಮಿಷರು ನಾವೀಗ'
ಕೋರಸ್ಸಿನಲ್ಲಿ ಹಾಡಿ
ನಿನ್ನ ಜೇನು ಬಣ್ಣದ ಕಣ್ಣುಗಳಲ್ಲಿ
ನನ್ನ ಕೋಲು ಮುಖ ಕಂಡು

ಮಾಗುತ್ತಿದ್ದೆವು
ವಿಧಿಗೆ ಕೃತಜ್ಞರಾಗುತ್ತಿದ್ದೆವು

ಎದೆಯ ರಸವೆಲ್ಲ ತುಟಿಯ
ತುದಿಯಲ್ಲಿ ತುಳುಕಿ
ಚೆಲ್ಲಿದ ಹೂನಗೆ ನೋಡಿ
ಹಾರಿ ಬಂದವು ಗುಬ್ಬಚ್ಚಿ;
ಗೊತ್ತಲ್ಲವೇ?
ನಿನ್ನಷ್ಟೇ ಇವು ನನ್ನ ಒಡನಾಡಿ
ನನ್ನ ಪುಚ್ಚಕ್ಕೆ ರೆಕ್ಕೆ ಹಚ್ಚಿದ್ದವು
ಬಿಕ್ಕುವಾಗೆಲ್ಲ ಹೆಕ್ಕಿಹೆಕ್ಕಿ ಪ್ರೀತಿ
ಉಣಿಸಿದ್ದವು
ಚುಕ್ಕಿಗಳು ನಾವು ನಿನ್ನ ಅಂಗಳಕೆ ಎನ್ನುತ್ತ
ಹೂಗಿಡದಲ್ಲಿ ಲಗಾಡಿ ಹೊಡೆಯುತ್ತಿದ್ದವು
ಲೋಕ ನನ್ನ ಗುರುತಿಸುವುದೇ ಹಕ್ಕಿ
ಹುಡುಗಿಯೆಂದು

ಕಾಲಿನ ಡಬ್ಬಿ ಕಳಚುವಷ್ಟರಲ್ಲಿ
ಕಿಣಿಕಿಣಿಗುಟ್ಟುತ್ತಾ ನಿನ್ನ ಸಂದೇಶ ಬಂತು
ಜಗದ ನೆಮ್ಮದಿಯನ್ನೆಲ್ಲ ಎದೆಗೆ
ಹೊದ್ದವಳು ನಾನು
ಕಣ್ಣು ಹೊಸಕಿಕೊಂಡೆ
'ನೀನು... ಬಿಡುಗಡೆ ಬಯಸುತ್ತಿದ್ದಿ'
ಒಂದೇ ವಾಕ್ಯದ ಮಾತು
ದಿಗಿಲಾಯಿತೇ ಎದೆಗೆ?
ಒಗರಾಯಿತೆ ನಾಲಿಗೆ?
ಒಳಗೆಷ್ಟು ಬಡಿದವು ಸಿಡಿಲು ಮಿಂಚು
ಹರಿವ ಕಣ್ಣೀರಿನಲ್ಲಿ ಸುಡುವ ಉರಿ
ಯಾವುದಿದು ಸಂಕೋಲೆ ಹರಿದ ದಾರಿ?

ಹಾರಿಬಂದಿತು ಹಕ್ಕಿ
ಹಿಡಿಸಲಾರದಂತಹ ಹಸಿವು ಅದಕೆ

ಅಕ್ಕಿ ಎಸೆವ ಮುನ್ನ ನೆಲಕ್ಕೆ ಅಂಟು ಸುರಿದೆ
ಕಾಳು ಚೆಲ್ಲಿ ಕಾಯುವುದೇನೂ ಬೇಡ
ಹೆಕ್ಕಲಿಕ್ಕೆ ಬಂದ
ಪುಟ್ಟ ಜೀವ ಕುಂಟುತ್ತಿತ್ತು ಅಂಟಿನಲ್ಲಿ
ಎತ್ತಿ ಮುದ್ದಿಸಿ ಮುತ್ತಿಟ್ಟು
ಮೆಲ್ಲಗೆ ರೆಕ್ಕೆ ಮುರಿದು
ಕಣ್ಣ ಗೊಂಬೆಗಳಿಗೆ ಸಣ್ಣ ಸೂಜಿ ಚುಚ್ಚಿ
ಗುಲಾಬಿ ಪಾದಗಳ ಸೀಳಿ
ಕೊಕ್ಕಗಲಿಸಿ ಲಘುವಾಗಿ ಹರಿದು
ಒಂದು ಬಟ್ಟಲು ಕಲೆಸಿದ ಹಾಲನ್ನವನುಂಡೆ

ಮಡಿಲಲ್ಲಿ ಮಲಗಿತ್ತು ಜೀವದೊಡನಾಡಿ
ಕಣ್ಣ ಬೆಳಕಿನ ಕೊನೆಯಲ್ಲಿ ನನ್ನದೇ ಬಿಂಬ
ಕಡೆಯ ಆಸೆಯೇನಿತ್ತೆಂದು
ಕೇಳುತ್ತಾರೆ ಲೋಕದ ಜನಗಳು
ಹಾಡಲಾಗುತ್ತದೆ ಚರಮ ಯಾತ್ರೆಯಲ್ಲಿ
ಸ್ತುತಿ ಗೀತೆ
ನೀನೂ ಅಲ್ಲಿ ಹೆಜ್ಜೆ ಹಾಕಿದ್ದೆಯಲ್ಲವೆ?
ಚಟ್ಟಕ್ಕೆ ಭುಜ ಕೊಡಬೇಕೆಂದು
ಒತ್ತಾಯಿಸಿ ಪಡೆದಿದ್ದೆಯಲ್ಲವೇ?
'ಇಕೋ...ನನ್ನ ಈ ಪುಟ್ಟ ದೇವತೆಯ ಜೊತೆಗೇ
ಮಣ್ಣು ಮಾಡಿ ನನ್ನನ್ನು'

ಮೂರು ದಿನವಷ್ಟೆ!!
ಸೂಜಿಕಣ್ಣಿನಗಲದ ಎಲೆ ಹರವಿಕೊಂಡ
ಧಿಮಾಕಿನ ಎರಡು
ಹುಲ್ಲು ಗಿಡಗಳಾಗಿದ್ದೇವೆ ನಾವೀಗ

ಕವಿತೆ ಬರೆಯುವುದು ಕನಸು ಕಾಣುವುದು
ನೆನಪ ಉರಿಯಲ್ಲಿ
ಹೊಸ ಹೂವು ಬೆಳೆಯುವುದು
ಕಾಮನಬಿಲ್ಲಿಗೆ ನಾಳೆಗಳ

ಇಳಿಬಿಡುವುದು
ಪ್ರೇಮಿಯನ್ನೇ ಪಣಕ್ಕಿಟ್ಟು ದಾಳ
ಎಸೆಯುವುದು
ಮೆಟ್ಟಿಲಲ್ಲಿಟ್ಟ ಚೂರಿಬಾಕುಗಳನ್ನೆತ್ತಿ
ಬದಿಗೆ ಸರಿಸುವುದು
ಇತ್ಯಾದಿ ಇತ್ಯಾದಿ ನಮ್ಮ ಆಟಗಳ ಯಾದಿ

ಬಿಡುಗಡೆ ಬಯಸಿದವನ
ಹೊಸ ಹುಡುಗಿ
ಅದೊ ಆ ನಡುಕಟ್ಟೆಯ ಮೇಲೇ ಕುಳಿತು
ಹೊಸೆಯುತ್ತಿದ್ದಾಳೆ ಅವೇ ಹಳೆಯ ನೋವು
ಆ ಬದಿಯಿಂದ ಆಣೆಪ್ರಮಾಣದ ಮಾತು
ಕಣ್ಣ ತುಂಬ ಚಂದ್ರ; ಕೆನ್ನೆ ಉದಯಾಸ್ತಮಾನ
ಅವಳೂ ಒಂದು ಹುಲ್ಲು ಗಿಡವಾಗುವುದು
ಖಚಿತವಾಗಿದೆ ನಮಗೀಗ...
ಅವಳೊಂದಿಗೆ
ಪಾರಿವಾಳ ಬರಬಹುದೆಂದು ನಾನು
ಇಲ್ಲ ಪಿಕಳಾರ ಬರುತ್ತದೆಂದು ಅದೂ
ಹುಸಿಜಗಳ ಮುಗಿದ ಮೇಲೆ
ಪ್ರಮಾಣಕ್ಕೊಳಗಾದ ದೇವರನ್ನು
ಮಾರಾಟಕ್ಕೆ
ಹೊತ್ತೊಯ್ಯಲಿದ್ದೇವೆ ನಾವು!

...

ಸಾವು ಮೋಹಿಸುವವರ
ಸರದಿಯಲ್ಲಿ
ನಾನು
ಮುಂಚೂಣಿಯಲ್ಲಿದ್ದೇನೆ
ಹೇಗೆ ಬರೆಯಲೊ
ಹುಡುಗಾ
ಲೋಕ
ನೋವಿನಲ್ಲಿದೆಯೆಂದು?

12

ಮೊಗ್ಗು ಮತ್ತು ಮಸೆದ ಮಚ್ಚು

ಜಾಗ್ರತೆ ಮಾಡಿ ಹುಡುಕಿ
ಹೆಕ್ಕಿಕೊಂಡ ಒಂದು
ಸೋವಿ ಏಕಾಂತದಲ್ಲಿ
ನಮ್ಮ ಬಟ್ಟಲಲ್ಲಿದ್ದಿದ್ದು
ಇಬ್ಬನಿ ಬಿಂದುಗಳಾರದ
ಒಂದು ಬೊಗಸೆ ಮೊಗ್ಗು
ನೆಲ ತಾಕಿದರೆ
ಎಲೆಯೊಡೆವ ಸೊಕ್ಕಿನ
ಎಂಟು ಗಟ್ಟಿ ಬೀಜ
ಮತ್ತು ಎರಡೂ ಬದಿ
ಸವೆದು ಚೂಪಾಗಿಸಿದ ಮಚ್ಚು.

ಉತ್ತು ಹದವೆಬ್ಬಿಸಿದ ಜರುಗು ಭೂಮಿಗೆ
ಸುಕ್ಕು ಹಣೆಯಿಂದಿಳಿದ ಉಪ್ಪು ತೊಟ್ಟಿಕ್ಕಿ
ಕತ್ತರಿಸಿದ ಗೇಣುಕಡ್ಡಿ ಊರಿ
ನೆಲ ಬಗೆದು ಮಣ್ಣಲ್ಲಿ ನೆನೆಯಿಟ್ಟು
ಹತ್ತು ಹುಣ್ಣಿಮೆ
ಹತ್ತು ಅಮಾವಾಸ್ಯೆ ಕಾದರೆ
ಮೊಗ್ಗು ಕಚ್ಚುತ್ತವೆ
ದಳ ಉದುರಿ ಉಳಿದವು ಗಟ್ಟಿ ಬೀಜ

ಬೆವರು ಭೂಮಿ ಭಾನು ಬೀಜ
ಮತ್ತು
ಒಂದು ಆದಿಮ ಪ್ರೇಮ

ಏನನ್ನೂ ಮಾಡಬಹುದಿತ್ತು
ಆ ಹೊತ್ತಿನಲ್ಲಿ
ನಮ್ಮನಮ್ಮ ಅಹಮ್ಮುಗಳನ್ನು
ಬದಿಗಿಡುವುದು ತ್ರಾಸವೇನಿರಲಿಲ್ಲ

ನಾವು ಮೊಗ್ಗೆಯನ್ನು
ಹುರಿವ ಬಿಸಿಲಲ್ಲಿ ಹೊರಗಿಟ್ಟು
ಬೀಜವನ್ನೂ ಸಾವಕಾಶ
ಉಪ್ಪುನೀರಿಗೆ ನೆನೆಯಿಟ್ಟು
ಸಿಕ್ಕಿದ ಬೆಣಚುಗಲ್ಲು ಕುಟ್ಟಿ
ಹುಡಿ ಮಾಡಿ
ಮಚ್ಚು ಮತ್ತಷ್ಟು ಉಜ್ಜಿ
ನಾಳೆಗಳ ಬರಮಾಡಿಕೊಂಡೆವು

ತುಸು ತಾಕಿದರೂ ಛಿಲ್ಲನೆ
ನೆತ್ತರು ಚಿಮ್ಮುವಂತಹ ಮಸೆದ
ತುದಿಯಿಂದ ಮೊಗ್ಗು ಮತ್ತು ಗಟ್ಟಿ
ಬೀಜಗಳನ್ನು ಕತ್ತರಿಸಿ
ನಮ್ಮ ಸುಖದ ನಾಳೆಗಳ
ಕುರಿತು ಮಾತಾಡುತ್ತಿದ್ದೇವೆ
ಈಗೀಗ
ಮಜವೆನಿಸುತ್ತಿದೆ.

...
ಕದ ತಟ್ಟಿದ ನೋವನ್ನು
ಕರೆದು ಕಾಲುನೀರು
ಕೊಟ್ಟು
ಘಳಿಗೆ ಕೂರೆಂದು
ಉಂಡು ಹೋಗೆಂದು
ಸತ್ಕಾರ
ಮಾಡುತ್ತೇನೆ
ಇದು ಕಾರಣ
ನನ್ನ ಕಣ್ಣ ತಡಿಯಲ್ಲಿ
ಕಡಲೊಂದು
ನಿತ್ಯ
ಮೊರೆಯುತ್ತದೆ.

13

ಅಷ್ಟು ಸಾಕು ನನಗೆ

ಹೊಸಬೆಟ್ಟ ಅದರ ನೆತ್ತಿ
ಬೋಳು ಮೈ ಕಾದ ಕರಿಕಲ್ಲ ಬಂಡೆ
ಹತ್ತುವ ಕೊರಕಲು ಹಾದಿ
ಆಸೆ ಹುಟ್ಟಿಸುತ್ತಿವೆ ನಿನಗೆ

ತುತ್ತತುದಿಯಲ್ಲಿ ಬೆಳೆದ
ಒಂದೇ ಒಂದು ಮುಳ್ಳುಕಂಟಿ
ಅಲ್ಲಿ ಅರಳಿರುವ
ಎರಡು ದಳದ ಹೂವು
ಅದರ ಪೇಲವ ಬಣ್ಣ
ಹೊಸ ವಾಸನೆ
ಆಸೆ ಹುಟ್ಟಿಸುತ್ತಿವೆ ನಿನಗೆ

ಎಂದೋ ಓದಿದ ಸಂಗಮೂಲದ ಕಥೆ
ತಿಂದರೆ ಸೊಕ್ಕುವ ಒಗರು ಹಣ್ಣು
ಸುಟ್ಟರೆ ಮೊಳೆಯುವ ಬೀಜ
ತಿಂದೆ ಎಂಬೋ ಹಮ್ಮು
ಆಸೆ ಹುಟ್ಟಿಸುತ್ತಿವೆ ನಿನಗೆ

ಹಳೆಯ ಬೆಟ್ಟದ ತಪ್ಪಲಲ್ಲೆ
ಮತ್ತೆಮತ್ತೆ ಸುತ್ತುವ
ಹುಚ್ಚು ಹೆಣ್ಣು ನಾನು.
ಚಿತ್ರದ ರಾಜಹಂಸೆಗೆ
ಚಿತ್ತಾರದ ನೀಲಿಕೊಳ
ಮುತ್ತು ನುಂಗಿದ್ದು ಚಿತ್ತಲಿಖಿತ

ಆಸೆ ಕಳೆಯಲು ಹತ್ತಿದ ಮೇಲೆ
ಸುತ್ತೂ ನೋಡಿ ತತ್ತರಿಸಬೇಡ ಗೆಳೆಯ

ಕಳೆದಿರುಳು ಇಲ್ಲಿ ಮಳೆ ಬರಲಿಲ್ಲ
ಮತ್ತು ಹೊತ್ತು ಬಲು ದೀರ್ಘವಿತ್ತು
ಎಂದರೆ
ಹಮ್ಮಿನಲಿ ಮತ್ತೇನೊ ಊಹಿಸಬೇಡ

ಕಳೆಯಿತೆಂಬ ಆಲಸಿಸುಖ
ನರಳಲೊಂದು ಖಾಸಗಿ ನೋವು
ಮೈಯ ವ್ಯಾಪಿಸಿದೆ
ಬೀದಿಯೇ ಬೆಳಕು ಚೆಲ್ಲುತ್ತದೆ
ನನ್ನ ಹಾದಿಗೆ ನಾಳೆ
ಮೊಳೆಯಲು ಅಷ್ಟು ಸಾಕು ನನಗೆ

ಕೇಳಿಲ್ಲಿ ಒಮ್ಮೆ...
ಈ ಬೆಟ್ಟದ ತಪ್ಪಲಲ್ಲೂ
ಹುತ್ತವಿದೆ,
ಜೊತೆಗೆ ಬೆತ್ತವೂ

14

ಹಳೆ ಪದ್ಯ ನೀಲಿ

ನಿಮಗೆ ನನ್ನ ಹಳೆಪದ್ಯ ನೀಲಿ
ಗೊತ್ತಲ್ಲಾ?
'ನಿತ್ಯ ಅಂಗಳಕೆ ಬಂದು ಚೀಂವುಗುಟ್ಟಿ
ಹಾರಾಡಿ ತನ್ನ ನೋಡೆಂದು ಕರೆವ
ಆ ಪುಟ್ಟ ಹಕ್ಕಿಯ ರೆಕ್ಕೆ ನೀಲಿ'
ಹೌದು ಇದೇ ಪದ್ಯ...
ಮತ್ತು
ಅದೇ ಆ ನೀಲಿ ಹಕ್ಕಿ
ಈಗಲೂ ಸಂಜೆಬೆಳಗು ನನ್ನ
ಅಂಗಳದಲ್ಲಾಡುತ್ತದೆ.

ಬೆಳಗು ಎಲ್ಲಿಂದಲೋ ಹೆಕ್ಕಿ ತಂದ
ಸಂಭ್ರಮಗಳ ಆ ಹಳದಿ ಹೂಹರೆಗೆ
ಹಚ್ಚಿ ರೆಕ್ಕೆ ಬಿಚ್ಚಿ
ಚುಟುಪುಟು ತೂಗಾಡಿ
ಸುತ್ತಿಗೂ ನೀಲಬೆಳಗು ಹರಡಿ
ಹಾರುತ್ತದೆ ಹತ್ತಿರದ ಪುಟ್ಟ ಬೆಟ್ಟದ ತುದಿಗೆ
ಇಳಿಹೊತ್ತಿಗೆ ಮರಳಿ
ಬೆಳಗನ್ನು ಸಂಜೆಗೆ ಮುಡಿಸಿ
ತಲೆಕೆಳಕಾಗಿ ಆ ಹೂಕೊಳದೊಳಗೆ
ಮುಖ ತೂರುತ್ತದೆ
ಮೊದಲೇ ಹೂಕುಡುಕ ಹಕ್ಕಿ

ಇರುಳು ಆಳಕ್ಕಿಳಿದು ಜಗಕೆ ಜೊಂಪು
ಗಾಢವಾದಾಗಲೆಲ್ಲ ಗುನುಗೊಂದು

ಮೈದಡವಿ ಕರೆಯುತ್ತದೆ
ಎದ್ದು ನೋಡಿದರೆ
ದಿನದ ಕೊನೆಯ ಹಾಡನ್ನು
ತೆಳುಹರೆಗೆ ತೂಗು ಬಿಟ್ಟಿದೆ
ಆ ನೀಲಿ ಹಕ್ಕಿ

ಚಿಗುರು ಒಗರಿನ ಮೊಗ್ಗಿನೊಳಗೆಲ್ಲ
ಮೆಲ್ಲಮೆಲ್ಲನೆ
ಮಣ್ಣು ಅಂಬೆಗಾಲಿಡುತ್ತಿದೆ!
ಹಿನ್ನೆಲೆಯ ಸಂಗೀತ ಅದು
ಹಕ್ಕಿ ಇಳಿಬಿಟ್ಟ ಕೊನೆ ಹಾಡಿಗೆ.

ನಡುರಾತ್ರಿಯಲ್ಲಿ
ಎದೆಯ ತೇವ ನಭಕೆ
ಆವಿಯಾಗುವ ಸದ್ದು ಕೇಳುವ
ಅಭ್ಯಾಸವಿದ್ದರೆ
ಆತ್ಮದ ಅಂತಸ್ಥದೊಳಪದರು
ಸಣ್ಣಗೆ ಕಂಪಿಸುವುದ
ಆಲಿಸಬಹುದು ನೀವು

ಮಣ್ಣು ಮತ್ತು ಹಾಡಿನ
ಮೆಲು ಮಾತು ಅದು
ಹಾಡು ಮತ್ತು ಮಣ್ಣು
ನಿದ್ದೆ ಹೋಗುವುದನ್ನೇ
ಕಾದ ಆ ಪುಟ್ಟ ಹಕ್ಕಿ
ಬೆಳುದಿಂಗಳಿಗೆ
ತನ್ನ ಗಾಢ ನೀಲಿ ರೆಕ್ಕೆಯ
ಹರವಿ
ಗೂಡಿನೊಳಗೆ ಧ್ಯಾನಿಸುತ್ತಿದೆ

ನಾಳೆಗಾಗಿ ಮತ್ತೊಂದು ಹೊಸ ಹಾಡನ್ನು
ಸಿಂಗರಿಸಲು ರಾಗದಿಂದ ತನ್ನ ಹಳೆ ಗೂಡನ್ನು.

15

ವಿದಾಯ

ಕಳಚಿಕೊಳ್ಳುತ್ತಲೆ ಹೋಗುತ್ತದೆ
ಹೀಗೇ
ಒಂದೊಂದೆ ಒಂದೊಂದೆ ಬಂಧ
ಬಿಡಿಸಲಾಗದ್ದು ಎನ್ನುವಾಗಲೇ
ಬಿಟ್ಟು ಹೊರಡುತ್ತದೆ.

ಕಣ್ಮರೆಯಾಗುವುದೊ
ಕಣ್ಣಳತೆಯಲ್ಲೇ ಇದ್ದೂ
ಬೇಕೆನಿಸದೆ ಹೋಗುವುದೊ
ಕಣ್ಣು ಕೈಯಿಗೆ ನಿಲುಕಿದರೂ
ಎದೆಗೆ ಇಳಿಯದೇ ಹೋಗುವುದೊ
ಬೇಕೆನಿಸಿದರೂ ಝಾಡಿಸಿ
ಹೊರಡುವುದೊ

ಕಳಚುತ್ತಲೇ ಹೋಗುತ್ತದೆ
ಇದ್ದಿತೆಂಬುದರ ಕುರುಹು
ಕ್ರಮೇಣ ಇಲ್ಲವಾಗಿ

ಒಂಟಿ ಕೊಂಡಿಯೊಂದು
ಕೊರಳೆತ್ತಿ ನೋಡಿದ
ಪ್ರತಿಮೆ ಹಿಡಿದು
ಕೊನೆಗೆ
ಕವಿತೆ ಹುಟ್ಟುತ್ತದೆ

...

ಕವಿಯ ಕೊಲೆಯಾಗಿ
ಹೋಯಿತೇ?
ಛೆ...
ಪರಿಚಿತರ
ಸತಾಯಿಸಬೇಡಿ ಸಾಕ್ಷ್ಯಕ್ಕಾಗಿ
ಅಲ್ಲಿ
ಹತಾರಗಳ
ಹಂಗಿರುವುದಿಲ್ಲ

16

ಪ್ರಿಯ

ಪ್ರಿಯ
ನಿನ್ನ ಮುದ್ದು ಮುಚ್ಚಟ್ಟೆಗಳನ್ನು
ಭೂಮಿಗೆ ಬಿತ್ತಿದ್ದೇನೆ

ನಿನ್ನ ಮಾತು ಮತ್ತು ಶ್ವಾಸವನ್ನು
ಗಾಳಿಯಲ್ಲಿ ಹರವಿದ್ದೇನೆ
ಹರಿದ ಬೆವರನ್ನು ನದಿಗೆ ತಿರುವಿದ್ದೇನೆ

ನಿನ್ನ ಬೆಚ್ಚನೆ ನೋಟವನ್ನು
ಸೂರ್ಯನಿಗೆ ದಾನ ಮಾಡಿದ್ದೇನೆ
ನೆನಪುಗಳನ್ನು ಕಟೆದು
ಶಿಲ್ಪವಾಗಿಸಿದ್ದೇನೆ

ಉಳಿದ ಸಂಗತಿಗಳನ್ನು ಆಕಾಶಕ್ಕೂ
ಕಳೆದ ಕನಸುಗಳನ್ನು ಪಾತಾಳಕ್ಕೂ
ಸಮನಾಗಿ ಹಂಚಿದ್ದೇನೆ

ಬಿಡುಗಡೆಯಾಗಿದೆ
ಆತ್ಮ
ಇಕಾ
ಈಗಿವಳು ಖಾಲಿ ಖೋಲಿ

ಭೂಮಿ ನೀರು ಸೂರ್ಯ ಗಾಳಿ
ಮತ್ತು ಆಕಾಶ ರೂಪಿಯಾಗು
ಹೊಸದಾಗಿ ಒಳಸೇರು
ಬಾ
ಮತ್ತೆ ತುಂಬಿಕೋ

17

ಮರೆವು

ನಾನು ಮತ್ತು ಅವನು
ಇಬ್ಬರೇ ಇದ್ದಾಗ
ನಾನು ವಿಪರೀತ ಹೊಳೆಯುತ್ತಿದ್ದಾಗ
ಅವನು ಸಣ್ಣಗೆ ಬೆವರುತ್ತಿದ್ದಾಗ

ಮಾತ್ರ ಬಳಕೆಯಾಗುತ್ತಿದ್ದ
ಆ
ಅಪರೂಪದ ಮೌನವನ್ನು
ನಾವಿಬ್ಬರೂ ಸೇರಿ
ಅದೋ...
ಆ ಪಾತಾಳದಂಥ ಆಳಕ್ಕೆ
ಗುಳಿ ತೆಗೆದು ಹೂಳಿ ಬಿಟ್ಟಿದ್ದೇವೆ

ಮೌನ ಮೈಮುರಿದು
ನೆಲದೊಡಲ ಬಗೆದು
ಮೊಳೆತು ಮೊಗ್ಗಾಗುವುದನ್ನು
ಕಾಯುತ್ತಾ
ನಾವೀಗ ಬೆಳಗೂ ಬೈಗೂ
ವಿಪರೀತ ಮಾತಾಡುತ್ತೇವೆ;

ಮತ್ತು
ಆಗಾಗ ನಿಟ್ಟುಸಿರಿಟ್ಟು
ಒಬ್ಬರಲ್ಲೊಬ್ಬರು ಏನನ್ನೋ
ಹುಡುಕಾಡುತ್ತೇವೆ

ಬಿತ್ತಿದ ಏನೇ ಆದರೂ
ಮಿಸುಕಿ ಮೊಳೆಯುವುದಕ್ಕೆ

ನೀರು ಬೆಳಕು ಬೇಕೆನ್ನುವುದು
ಮರೆತೇ ಹೋಗಿದೆ
ಅಥವಾ
ಬೇಕಂತಲೇ ಮರೆತಂತೆ
ನಟಿಸುತ್ತೇವೆ

18

ತಕ್ಕಡಿ

ಸಮಯ ನಿಗದಿಯಾಗಿ ಸ್ಥಳ
ಮಾಹಿತಿ ಹೊತ್ತ ಸಂದೇಶ ಬರುತ್ತದೆ

ಬೆಳಗು ಮುಡಿಯುತ್ತದೆ ಒಮ್ಮೆಗೆ ಒಡಲು
ಲೋಕದ ಕಣ್ಣಿಗೆ ಬಟ್ಟೆ ಬಿಗಿದು
ಸಣ್ಣಗೆ ಕಾಡಿಗೆ ಹಚ್ಚಿ
ಹೊರಡುವ ಮುನ್ನ
ಮತ್ತೊಮ್ಮೆ ದೇವರೆದಿರು ನಿಂತು

ಮುಂದೆ ನಡೆಯುವ ಸಂಭವನೀಯ
ಆಘಾತಕ್ಕೆ ಹೊಳೆಯುತ್ತಿವೆ ತುಟಿ
ಬೆವರುತ್ತಿದೆ ಕೊರಳು
ಉಸಿರ ಬಿಸಿಗೆ ಬದಿ ಕುಂತವರದ್ದು
ಸಿಡಿಮಿಡಿ

ನಿಮಗೆ ಗೊತ್ತೇ?
ಹೊಸಿಲು ದಾಟುವವಳ
ಹೃದಯದಲ್ಲಿ ಯಾವತ್ತಿಗೂ
ಒಂದು ತಕ್ಕಡಿ ತೂಗುತ್ತಿರುತ್ತದೆ

ಮೋಹ ಮೋಕ್ಷ ಉದ್ಯುಕ್ತ ವಿಷಾದ
ಸತ್ಯ ವ್ಯಸ್ತ ಬೇಕು ಬೇಡಗಳ
ಹರಳುಗಟ್ಟಿಸಿಕೊಂಡ ಹುಡುಗಿಯ ಜೀವ

ಕವಿಗೆ ಹೊಳೆಯಬಹುದು
ನೂರೆಂಟು
ಉಪಮೆ ಪ್ರತಿಮೆ

ಅದೇ ದಾರಿಯಲ್ಲಿ ಸಾಗುತ್ತವೆ ಪಾದ
ಅರೆರೆ! ಎಲ್ಲವೂ ಎಷ್ಟು ಆಯಾಚಿತ!!

ಅಯ್ಯೋ... ಆ ನೀಲಿ ಮರದಿಂದ
ಇನ್ನೂ ಬಾಳ ಬೇಕಿದ್ದ ಹೂವೊಂದು
ತೊಟ್ಟು ಕಳಚಿ ಗಾಳಿಗೆ ಗರಗರಗರ
ತಿರುಗಿ
ತಲೆಕೆಳಗಾಗಿ ಬಿದ್ದು ತಿರುಗುವ ನೂರು ಚಕ್ರಗಳ
ಅಡಿ ತಪ್ಪಿಸಿ ಉರುಳುರುಳಿರುಳಿ
ಅವಳ ಪಾದದಡಿ!!

'ಪ್ರಭುವೆ
ತಪ್ಪುಗಳ ಮತ್ತೆಮತ್ತೆ ನೆನಪಿಸಿ
ತ್ಯಕ್ತವಾಗಿಸದಿರು ಜೀವ'
ದಳ ನೋಯದಂತೆ ಹಿಡಿದೆತ್ತಿ
ಬಾಡದ ಬೆಳಕಿಗೂ ಬಣ್ಣಕ್ಕೂ
ತುಟಿ ಹಚ್ಚಿ ಅದೇ ಹೂಮರದ
ಬೇರ ಬಳಿ ಇಟ್ಟು...

ಅವನು ಕಾಯುತ್ತಿರುವುದರ
ಕುರುಹು
ಎದೆ ಬಡಿತ ಏರಿತು!

19

ಇಂಧನ ಮೂಲದವರೆ

ಅಸೀಮ ಅದಮ್ಯ ಅನಂತ ಅನನ್ಯ
ಗಳೆಂಬ
ಅಕಾರ ಆರಂಭಾದಿಗಳಿಗೆಲ್ಲ
ಉಪಮೆಯೆನಿಸಿದ್ದ ಅವನೂ ಕೂಡ
ಮುಗಿದುಹೋಗುವ ಸಂಪನ್ಮೂಲ
ವೆಂದು
ಈಗಷ್ಟೇ ತಿಳಿಯಿತು

ಓ
ಅಸಾಂಪ್ರದಾಯಿಕ
ಇಂಧನ ಮೂಲದವರೇ.
ದಯಮಾಡಿ ಇವಳ ಹಾದಿಗೆದುರಾಗಿ.

ಹುಟ್ಟುಕಾಲಕ್ಕನುಸಾರ ದಟ್ಟ
ಉರಿಯುವ ಲಕ್ಷಣಗಳ
ಬರೆಸಿಕೊಂಡಿದ್ದಾಳೆ ಜಾತಕದಲ್ಲಿ

ಅನುವು ಮಾಡಿ ಕೊಟ್ಟವರ
ಖಾತೆಗೆ
ಫಲದ ಜಮೆ ಮಾಡಲಾಗುತ್ತದೆ

ಹುಚ್ಚು ಪತಂಗದಂತವರು
ತುಸು ಇತ್ತ ಬನ್ನಿ

ಧುಮುಧುಮುಧುಮುಕಿ
ಉರಿಗೆ ಬಿದ್ದರೆ

ಆಗಬಹುದು ನೀವೂ ಪುಣ್ಯನದಿ
ಗಳಲ್ಲಿ
ಸಂಗಮವಾಗುವ ಬೂದಿ
...

...
ಒಲವೂ
ಹಾಗೆ
ವಿಪರೀತ
ದಣಿಸುತ್ತದೆ

20

ಎಷ್ಟು ತ್ರಾಸೋ ಶಿವನೇ

ಕಣ್ಣು ಬಟ್ಟಮಲ್ಲಿಗೆ ಹೂವು
ಬಾಯಿ ಸಿಹಿನೀರ ಬಾವಿ
ಬೇಚೈನು ಬೆಳೆದ ನಿಲುವು
ಮೈಕಟ್ಟು ಮಳೆ ಬಿದ್ದ ನೆಲ
ವಯಸು ಬಹುತೇಕ ಹದಿನೈದು

ಮೆಟ್ಟಿಲಲ್ಲಿ ಕುಳಿತು
ರಾಗವಾಗಿ ಕೇಳುತ್ತಾಳೆ ಹುಡುಗಿ
'ಅಕಾ... ಅಣಾ...'
ಒಳಗೊಬ್ಬ ದೇವ
ಹೆಸರು ಸೋಮೇಶ್ವರ
ಮುಡಿಯಲ್ಲಿ ಅವಳು
ತೊಡೆಯಲ್ಲಿ ಇವಳು
ಹರಗಣ ವೀರಗಣ ಭೃಂಗಿ ನಂದೀ
ಗಣ ಗಣ ಗಣಪ ಕಾರ್ತೀಕ
ಇಲಿ ನವಿಲು
ಎದುರಿಗೆ ಬಸವ ಬೆರ್ಚಪ್ಪ

ಯಾರೂ ನೋಡದ ಹೊತ್ತಲ್ಲಿ
ಮೆಲ್ಲಗೆ ಕಳ್ಳಾಟದಲ್ಲಿ
ತನಿಬೆರಳ ಎದೆಗಿಳಿಸುತ್ತಾಳೆ
ಗಂಗೆ
ಗದರಿ ಮೇಲೆ ನೋಡುತ್ತಾನೆ ಮೆಲ್ಲಗೆ
ಜಡೆಗಟ್ಟಿದ ಜಟೆಯ ತುರಿಸಿಕೊಳ್ಳುವ
ನೆಪವೊಡ್ಡಿ

ಮೊದಲೇ ಮೋಹದ ಹೆಣ್ಣು, ಲೋಕಾಪವಾದ
ಮೀರಿ ಮನಸ್ಸು ಜಾರುಬಂಡಿ ಮಾಡಿ
ದಡಬಡಾಯಿಸಿ ಬಂದವಳು
ತಲೆಯೇರಿ ಕುಂತವಳು
ತೊಡೆಯಲ್ಲಿ ಧರ್ಮಪತ್ನಿಯ ಪ್ರೇಮ
ಮಿದಿಯುತ್ತಿದೆ ಶಿವನೆದೆಯ!
ಹರಹರ ಶಿವಶಿವ!!

'ಊಟಕ್ ಕೊಡಣೋ... ಅಣೋ
ಅಕಾ ಜ್ಯೂಸೂಊ...'
ತಾಜಾಕನ್ನೆ, ಜುಳುಜುಳು ನದಿಯಂತದ್ದೇ ದನಿ
ದೇವಳದ ಹೊಸ್ತಿಲು ಹತ್ತಿಳಿವವರ
ಸೆಳೆಯುತ್ತಾಳೆ, ಕೈಯೊಡ್ಡಿ ಕರೆಯುತ್ತಾಳೆ

ಒಡಲು ತಿದ್ದುವಾಗಿದ್ದ ಪುರುಸೊತ್ತು
ಬುದ್ಧಿ ಕೂಡಿಸುವಾಗಿಲ್ಲ
ಬಿಕನಾಸಿ ಬ್ರಹ್ಮನಿಗೆ
ಸರಸೋತಿ ಸರಸ ಮಿತಿಮೀರಿತ್ತು
ಕಾಣುತ್ತೆ

'ಹತ್ರುಪಾಯಿ... ಅಕಾ...'
ಬೇಡುತ್ತದೆ ಹುಡುಗಿ
ನೋಡುತ್ತದೆ ಕಡಲೇ ಹರಿಯುವಂತೆ
ನಗುತ್ತದೆ ಆಗಾಗ್ಗೆ ಚುಕ್ಕಿ ಚೆಲ್ಲುವಂತೆ
ನಟ್ಟಿರುಳಲ್ಲಿ ಬೆಳಕಹುಳು ಹರಿದಂತೆ
ಮರಿಹಕ್ಕಿ ಟಿಂವೆಂದು ಉಲಿದಂತೆ
ಹುಡುಗಿಗೆ ನಗುವುದೇ ಖಾಯಿಲೆ
ಖರೆಯಲ್ಲಿ...
ನಗುವುದೇ ಖಾಯಿಲೆ!

ಒಳಗೆ ಶ್ರೀಚಕ್ರಿಯ
ಮುಂದೆ ಎದೆ ಸೋತವನೊಬ್ಬ

ಹಲುಬುತ್ತಿದ್ದಾನೆ
'ತಾಯೇ... ತಾಯೇ...'
ಏನು ನೋವೋ...ಎಂತ ಸಾವೋ...

ಗೌರಿ ಮೆಲ್ಲಗೆ ಕಣ್ತೆರೆದು
ಪರಿತಪಿಸುವ ಭಕ್ತನನ್ನೊಮ್ಮೆ ನೋಡಿ
ಅಭಯ ಹಸ್ತ ತೆರೆವ ಮುನ್ನ
ಪತಿಯ ಪರಕಿಸುತ್ತಾಳೆ
'ಹಗಲೆಲ್ಲ ಹಸಿದ ಈ ಹಸೀಬಿಸಿ ಸವತಿ
ಇವಳ ಮೇಲೊಂದು
ನಿಗಾ ಮಡಗುವುದೇ ತ್ರಾಸು ಇತ್ತೀತ್ತಲಾಗಿ
ಲೋಕದೆದುರಿಗಿನ ಮರ್ಯಾದಿ ಮಾತು
ಓಡಿಬಂದವರಿಗೆಲ್ಲಿ ಗೊತ್ತು'

'ಅಕಾ...ಅಣಾ...'
ಕಟಿ ತುಟಿ ಮೊಲೆ ಸೆಲೆಗಳ
ಅಳೆಯುತ್ತವೆ ಹಸಿದ ಕಣ್ಣು
ವೀರ ಮಾರುತಿ ಸಂಘದ
ಆಟೋ ಡ್ರೈವರುಗಳ ಬಾಯಲ್ಲಿ ಜೊಲ್ಲು
ಗಪ್ಪು ಮುದುಕಿಯರಿಗೆ
ಹುಡುಗಿಯ ಚಿಗಿತ ಗರಿಮುರಿಗಳ ಸುಯ್ಯುಲು
ಕಬ್ಬು ಅರೆಯುವವನದ್ದು ಬೇರೆಯದೇ ದಿಗಿಲು
ಮನೆಯಲ್ಲಿ ಇದೇ ವಯಸ್ಸಿನ ಮಗಳು
ಹೆಸರೇನು ಅಂದರೆ
ಚಿಲ್ಲರೆ ಸಿಕ್ಕರೆ
ನಿಂತು ನಕ್ಕರೆ
ಹಾವು ಹೊಕ್ಕವಳಂತೆ ನುಲಿಯುತ್ತಾಳೆ ನೀಳನೀಳ
ಹೊಲವೆಲ್ಲ ಹಾಲುಗಟ್ಟಿದ ಜೋಳ

ಧರ್ಮವನು ಮನೆಯಲ್ಲಿಟ್ಟು
ಅಲ್ಲಿಗೆ ಬಂದವರು ನಾವು
ಪಾಪವೆಂಬುದನ್ನೂ ನೀನೇ ಮಾಡಿದ್ದು

ಓ ದೇವ
ತಿಂಗಳುಗಟ್ಟಲೆ ಕಾದು ಸೀದು
ಗರಗಾದೆವೆನುವಾಗ ವಿಧಿ ಕೂಡಿಕೆಗೆ ಹರಸುತ್ತದೆ
ಕುಲದೈವ ಮಲದೈವ ಬಲದೈವಕ್ಕೆ ಮುಡಿಪಿಟ್ಟು
ಪಂಚಭೂತಕ್ಕೆ ನಾಕು ಊದಿನಕಡ್ಡಿ ಹರಕೆ ಹೊತ್ತು
ಅವನ ಸಲುವಾಗಿಯೇ ಕೊಂಡ
ತಿಳಿಬಣ್ಣದ ಟಾಪು ತೊಟ್ಟು ಮೇಲೊಂದು ಸ್ಟೋಲು ಸುತ್ತಿ
ಹೊರಡುತ್ತೇನೆ.
ನಾಕು ನಾಕು ತಾಸು ಕಿಟಕಿ ಪಕ್ಕದ ಸೀಟಿಗೆ ಆತು ಹರಿವ ಹಾದಿಗೆ
ನಡೆವ ಗೌಜಿಗೆ ಹೂಮರಕೆ ಕೈಮರಕೆ
ನೆನಪುಗಳ ಹಚ್ಚೆ ಹತ್ತಿಸಿ ಇಳಿಯುತ್ತೇನೆ
ಕಾದು ನಿಂತವನ ಬಳಿಗೆ ಕಾಲು ಸಾಗುವಾಗಲೂ
ಊರಕಣ್ಣು ಮಾರಿಕಣ್ಣು ಪಠಿಸುತ್ತದೆ ಜೀವ
ಎಷ್ಟು ತ್ರಾಸೋ ಶಿವನೆ ಸುಡುಗಾಡು ಈ ಪ್ರೇಮ

ಬಿಸುಪೇರಿದ ಮೆದು ಬೊಗಸೆಗೆ
ಮುತ್ತುಗಳ ಜೊತೆಗೆ ತೊಟ್ಟು ಕಣ್ಣೀರೂ ಇಟ್ಟು
ನೆತ್ತಿ ನೇವರಿಸುತ್ತ
ಎದೆಯ ಮಾತು ಪೋಣಿಸುತ್ತೇವೆ ಪಯಣದಲಿ
ನಾವು
ಸಿಕ್ಕಿದೊಂದು ಕುಂಟುನೆಪಕ್ಕೆ
ಹೂವು ಬಳ್ಳಿ ಹಕ್ಕಿ ಚಿಟ್ಟೆ ಸಿಂಗರಿಸಿದ್ದೆವು

ಇಂದೂ ಅದೇ...
ಬದಿಯ ನದೀತಟಕ್ಕೆ
ಅಗಲಕ್ಕೆ ಬೆಳೆದ ಮರದಾಯ ಬುಡಕ್ಕೆ
ಎದುರಾದ ಗುಡಿಗೆ ಮಿನಾರಿಗೆ ಮಾಲಿಗೆ
ಎಡತಾಕುತ್ತೇವೆ; ಬರೀ ಜೊತೆ ನಡೆವ ಸಡಗರ
ನಮ್ಮ ಚಿತ್ರಗಳನ್ನು ಲೋಕ
ನೆನಪಿಟ್ಟುಕೊಂಡು ಮರುಜನ್ಮಕ್ಕೆ
'ಪರಸ್ಪರರನ್ನು ಧರ್ಮಕ್ಕೆ ಗಂಡಹೆಂಡಿರಾಗಿಸಬೇಕು'
ಭಿನ್ನವಿಸುತ್ತೇವೆ

ಹೆಬ್ಬಾಗಿಲು ದಾಟಿ
ಮೆಲ್ಲಗೆ ಅವನ ಒಳಕರೆದು
ನಿಲ್ಲಿಸಿ ಶಿವನೆದಿರು
ಹಣೆ ಹಚ್ಚುತ್ತೇನೆ ನೆಲಕ್ಕೆ
'ಹರಸೊ ಮಳ್ಳ ವಾಮಗಾರನೆ ನಮ್ಮನ್ನು
ನಿನ್ನದೇ ಹಾದಿಯಲ್ಲಿದ್ದಾನೆ ಇವನೂ'

ಬಲಕ್ಕುರುಳಿದ ಹೂವ ಕಂಡು
ಬೆಳಕೊಂದು ಇಬ್ಬರೆದೆಯಲ್ಲೂ
ಸಂದು ಹುಚ್ಚು ನೆಮ್ಮದಿಯಲಿ ಮಿಂದು
ನಿಟ್ಟುಸಿರುಗರೆಯುತ್ತೇವೆ.
ಬೆಚ್ಚಗೆ ತುಸುಹೊತ್ತು ಒತ್ತಿಕೂರುತ್ತೇವೆ
ನಮ್ಮ ನಮ್ಮತೆಪ್ಪದಲ್ಲೇ ತೇಲುವುದು ನಾಳೆ...
ಇಂದು ಜಂಝಾವತದ ಹೂಮಳೆ

ಹೊರಗೆ
ಹಸಿದ ಕಣ್ಣುಗಳಿಗೆ
ಹಬ್ಬವಾಗುತ್ತ ಹೊಸದಾಗಿ ಮೊಲೆತ
ನಗುವ ಖಾಯಿಲೆಯ ಹುಡುಗಿ
ಮೊರೆಯುತ್ತಿದ್ದಾಳೆ
'ಅಕಾ...ಅಣಾ...'

ತುಂಬಿಕೊಂಡವು ಕಣ್ಣು
ಮಂಜುಮುಸುಕಿ ದಾಟಬೇಕಿದ್ದ ಮೆಟ್ಟಿಲೆಡವಿ
ಇವನ ಗಟ್ಟಿಹಿಡಿದೆ
ಈ ಮನಸೋದುಗನನ್ನು
ಸುಮ್ಮನೆ ಮೆಚ್ಚಿದ್ದಲ್ಲ ನಾನು
ಗರಿನೋಟೊಂದ ಹುಡುಗಿಗೆ ನೀಡಿ
ಹೋಗಿ ಶರಬತ್ತು ಕುಡಿ ಮಗಳೆ
ಎಂದವನ ಮೇಲೆ ಮೋಹ ಮೇರೆ ಮೀರುವುದಕ್ಕೆ
ಹೊತ್ತುಗೊತ್ತಿಲ್ಲ

ತಲೆಯೇರಿಕೊಂಡವಳ ತ್ರಾಸು
ಲೋಕಕ್ಕೆ ತಿಳಿಯುವಂತಿಲ್ಲ

ನಡೆಯುತ್ತೇನೆ ಮುಂದೆ ಮುಂದೆ
ತಿರುಗಿ ನೋಡುತ್ತ
ನೋಟು ಹಿಡಿದು ನಗುವ ಹುಡುಗಿಯನ್ನು
ಬರುತಾನೆ ಇವನು ಹಿಂದೆ ಹಿಂದೆ
'ಆಂಟಿ ಮತ್ತೆ ಬನ್ನಿ
ಬರುವಾಗ ಒಂಜೊತಿ ಬಟ್ಟೆ ತನ್ನಿ'
ಕೂಗಿ ಹೇಳುತ್ತಾಳೆ ಹುಡುಗಿ
ಕಡೆದ ಬೆಳುದಿಂಗಳಿನಂತಹ ನಗು
ಎಳೆಯ ಚಿಗುರಿನಂತಹ ನಗು
ಕಡಲ ತೆರೆಯಂತಹ ನಗು
ಕೆಮ್ಮನೆ ಕೆಂಡಕ್ಕೆ ತೊಟ್ಟು ನೀರಷ್ಟೆ ಸಾಕು
ಕಪ್ಪಗಾಗಲು

ಅನಾಥಬಂಧು ಕರುಣಾಮಯಿ ಭಕ್ತಸಿಂಧು
ದೀನನಾಥ
ಶಿವನ ಎಬ್ಬಿಸಲೆಂದೇ ಒಳಹೊರಗೆ
ಮೊಳಗುತ್ತಿವೆ ಗಂಟೆ
ಢಣ್ ಢಣ್ ಢಣ್ ಢಣ್

ತಿರುಗಿ ನೋಡಿದೆ ಇವನ
ಮೊಗದಲ್ಲಿ ಹೊಸಬೆಳಕು

ಶಿವನೇ...?

...
ಜಗದೆಲ್ಲ ಕವಿತೆಗಳಿಗೂ ಅಮ್ಮ
ನಾನೇ
ಎನಿಸುತ್ತದೆ
ಹಮ್ಮು ಎನ್ನಬೇಡಿ

21

ಕಂಬದ ಮೇಲಿನ ಗೊಂಬೆ

ತೆರೆದ ತೊಡೆಯೆದಿರು
ಶರಣಾಗಿದ್ದಾನೆ ಅವನು
ದಿಡ್ಡಿ ಬಾಗಿಲು ಕೆಡವಿ ಒಡ್ಡು
ಒಡೆದ ವಿಜಯೋತ್ಸವ
ಮೆಚ್ಚಬೇಕು ಅವನಾತ್ಮವಿಶ್ವಾಸವ

ಕೆನೆದ ಕುದುರೆ
ಜೀನು ಕಟ್ಟುವ ಮುನ್ನ
ಗೋಣು ಕೊಡವಿದೆ
ತಲುಪಬೇಕಿತ್ತು ಗಮ್ಯ
ಸುರತ ಶಿಖರ ಗಂತವ್ಯ

ಸಣ್ಣ ಸುಮ್ಮಾನ
ಮುಗಿಸಿ ಢವಗುಡುತ
ಮೇಲೊರಗಿದವನ
ತಲೆ ನೇವರಿಸಿ ಬೆವರೊರೆಸಿ
ಮತ್ತೊಮ್ಮೆ ಅಚ್ಚೊತ್ತುವಂತೆ
ನೋಟ ಬೆರೆಸಿ
ಮುತ್ತಿಕ್ಕಿ ನೆತ್ತಿಗೆ...

ಹುಚ್ಚು ಪ್ರೇಮ
ಹತ್ತಿಕ್ಕುವುದಕ್ಕೇ
ಕೂಡುವುದು ನಾನು
ಕಳೆಯದೇ ಹೋದಾಗ
ಹೀಗೇ ಕಳವಳ

ಬಿಕ್ಕಳಿಸಬೇಕಾದ
ಹೊತ್ತಿನಲ್ಲಿ ಅಕ್ಕರೆ
ಉಕ್ಕುಕ್ಕಿ ಹರಿಯುತ್ತದೆ
ಆರ್ದ್ರ ಸೊಕ್ಕಿನ ಗಂಡು ಅವನು
ಸೋಲುವುದ ನೋಡಲಾಗದು
ಹಂಬಲಿಸಿ
ತುಂಬಿಕೊಳ್ಳಬೇಕೆಂದವಳೀಗಾ
ಕಂಬದ ಮೇಲಿನ ಗೊಂಬೆ
ನಂಬಬಹುದೇ ಎನ್ನಬೇಡಿ ಕಂಗಳಿನ ತೃಪ್ತಿ
ರಂಗದಲಿ ಅವಳು ಶ್ರೇಷ್ಠ ನಟಿಯೆಂಬ ಖ್ಯಾತಿ

ಹೊಂದಿಯಾದ ಮೇಲವನೆದೆ
ಧಡಬಡಧಡಬಡ
ಮಧುರವಾಗಿ ಕರೆದಂತೆ
ತನ್ನದೇ ಹೆಸರ
ಸಡಿಲಿಸದೆ ತೆಕ್ಕೆ ಹಾಗೇ
ಹೂತುಹೋಗಬೇಕೆನಿಸುತ್ತದೆ
ಉಳಿಸಿ ಬರೀ ಅಸ್ಥಿಪಂಜರ

ಎಂದೂ ನನ್ನ ಬಾಧೆ ಸಂಭಾಳಿಸಲಾಗದ
ನನ್ನ ಗಂಡು ಅವನು
ಭ್ರಮೆಯ ನಿನ್ನೆಯಿಂದ ವಾಸ್ತವದ
ಇಂದಿನ ತನಕ
ನನ್ನವನಾಗಿದ್ದವನು
ಸೋತೂ ಸೋಲರಿಯದವನು
ನಂದದ ಒಂದು ಕುಡಿಯನ್ನು
ನನ್ನೆದೆಯೊಳಗೆ ಹೊತ್ತಿಸಿದವನು

ಕೇಳಿಲ್ಲಿ
ನನ್ನ ಬಟ್ಟಲುಗಣ್ಣಿನ ಕಟ್ಟಾಣಿ ಹುಡುಗನೇ
ಆದದ್ದು ಆಯಿತು

ಕುಳಿತು ಹೋಗುವಂತೆ ಬಾ
ಮತ್ತೊಂದು ಘಳಿಗೆ
ಒಂದಿಡೀ ಇರುಳು ಶ್ವಾಸ ಬೆರೆತ ಆನಂತರ
ಬಿಟ್ಟುಕೊಡುವುದೆಷ್ಟು ಕಷ್ಟ ನೋಡು
ನಿನ್ನನ್ನು;
ಮರಳಿ ನಿನ್ನವಳಿಗೆ

22

ನನ್ನ ಕವಿತೆಯನ್ನು

ನನ್ನ ಕವಿತೆಯನ್ನು
ನದಿಯಲ್ಲಿ ಮುಳುಗಿಸಿ
ಉರಿವ ಜ್ವಾಲೆಗೆ ಎಸೆದು
ಪಾಳು ಪ್ರಪಾತಕ್ಕೆ ತಳ್ಳಿದೆ

ವಯ್ಯಾರದಲಿ ಬದಿಯವರ
ಕೂಗಿ ಕರೆದು
ಕಾಪಾಡಿ ಕಾಪಾಡಿ
ಪ್ರೇಮಕವಿತೆ ನಾನು
ಎಂದೇನೊ ಹಾಡಿ
ಎದ್ದು ಬಂದಿತು

ನನ್ನ ಕವಿತೆಯನ್ನು
ಸಪ್ತನದಿಗಳಲ್ಲಿ ಮೀಯಿಸಿ
ಒಂದು ಆಶ್ರಮದಲ್ಲಿ ಉಳಿಸಿ
ತುಂಬುತೋಳಿನ ಕುಬುಸ ತೊಡಿಸಿ
ಎಂಟುಗಜದ ಸೀರೆ ಉಡಿಸಿ
ಪಂಚಾಕ್ಷರಿ ಹೇಳಿಸಿದೆ

ಕೃಷ್ಣ ಕೃಷ್ಣ ಎನ್ನುತ್ತಾ
ತನ್ನ ಸೀರೆ ತಾನೇ ಬಿಚ್ಚಿಕೊಂಡು
ತಾನುತಾನು ಸೀರೆ
ಸುತ್ತಿಕೊಂಡು ಹೆಂಗೆ ನಾವು
ಅಂದಿತು

ನನ್ನ ಕವಿತೆಯನ್ನು
ಸತಿ ಸಾವಿತ್ರಿಯರ ಮನೆಗೆ ತಳ್ಳಿ
ಅವರ ಪಾದ ತೊಳೆಸಿ

ಪತ್ನಿವ್ರತಸ್ಥರ ಹುಡುಕಿ
ತುಸು ಬುದ್ದಿವಾದ ಹೇಳಿಸಿ
ಹಸಿವು ದುಡಿಮೆ ಶೋಷಣೆಗಳ
ಮಾಲೆ ತೊಡಿಸಿದೆ

ಚರಕ ತಿರುಗಿಸಿ ಬಟ್ಟೆ ನೇದು
ನಾವೇ ಬೇರೆ ನಮ್ಮ ರಿವಾಜೇ ಬೇರೆ
ಅಂತೇನೊ ಕುಣಿದು
ಖಾದಿ ಬಿಕಿನಿ ಧರಿಸಿ
ತೆಳ್ಳಗಿನ ಹಾಡು ಹಾಡಿತು

ನನ್ನ ಕವಿತೆಯನ್ನು
ಒಂದು ಓಲ್ಡ್ ಏಜ್ ಹೋಮಿನ
ಸೇವೆಗೆ ನೇಮಿಸಿ
ಹಾದಿ ಬದಿಯ ಗಲೀಜು ಎತ್ತಿಸಿ
ಸರಳ ಶೌಚಾಲಯ ತೊಳೆಸಿ
ಸಂಪನ್ನರ ಗೇಟಿನೆದಿರು ನಿಲ್ಲಿಸಿದೆ

ಅಕ್ಷರಗಳ ಅಲ್ಲೇ ಬಿಟ್ಟು
ತುಡುಗು ಭಾವಗಳ ಹೊತ್ತು
ಕಬ್ಬನ್ ಪಾರ್ಕಿನ ಬೆಂಚಿಗೆ ಆತು
ಮುತ್ತಿಕ್ಕುವವರ ಕದ್ದು ನೋಡಿ
ಸಣ್ಣಗೆ ಬೆವರಿತು

ಇವನು
ಈ ಹಗಲು
ಧರ್ಮದ ಸಲುವಾಗಿ
ಸಿದ್ಧಾಂತಗಳ ಸಲುವಾಗಿ
ನಿಲುವುಗಳ ಸಲುವಾಗಿ
ಹಂಗಿಸಿ ಆಡಿದ

ಬೆಚ್ಚಿದ ಕವಿತೆ
ಗಾಂಭೀರ್ಯ ಹೊದ್ದಿತು

23

ಈ ಚಿತ್ರಕ್ಕೊಂದು ಹೆಸರು ಕೊಡಿ

ಒಂದು ಪುರುಸೊತ್ತಿನ ಸಂಜೆ
ಎದುರಿಗಿದ್ದ ಇಷ್ಟುದ್ದದ ಹಾಳೆ ಬಿಡಿಸಿ
ಗೆರೆ ಎಳೆದು ಅಡ್ಡಾದಿಡ್ಡಿ
ವೃತ್ತ, ರೇಖೆ, ಚೌಕ, ತ್ರಿಭುಜ
ಆಯತ, ಷಡ್ಭುಜಗಳ
ಗೀಚಿದೆ
ರೇಖಾಗಣಿತದ ಆಸಕ್ತಿಯಲ್ಲ
ಚಿತ್ರ ಬಿಡಿಸುವುದೂ ಅಷ್ಟಕಷ್ಟೇ ನನಗೆ
'ಒಳಗೇನೋ ಹುದುಗಿಸಿಡುತ್ತಿದ್ದೇನೆ
ನವ್ಯಕಲೆಯೆಲ್ಲವೂ ಹೀಗೇ ತಾನೇ'
ಹಾಳೆಯೊಳಗಿಷ್ಟೂ ಖಾಲಿಜಾಗ
ಉಳಿಸದೆ ಗೀಚಿಯಾದ ಮೇಲೆ
ಸಮಾಧಾನಿಸಿಕೊಂಡೆ ನನ್ನ ನಾನೇ

ಎಲ್ಲಿದ್ದರೋ ಅವರು
ದೊಡ್ಡ ದೊಡ್ಡ ಹೆಜ್ಜೆಗಳನ್ನಿಡುತ್ತ
ದೊಡ್ಡ ಗಂಟಲು ತೆರೆಯುತ್ತ
ಒಳಬಂದರು
ಅಷ್ಟುದ್ದದ ಹಾಳೆ
ಎಳೆದುಕೊಂಡು
ಕಿರಿದಾಗಿಸಿ ನೋಟ, ಬೆಚ್ಚಿ ಬಾಯಗಲಿಸಿ
ತಿರುಗಿ ಪಟಾಲಮ್ಮಿನೆಡೆ ನೋಡಿ
'ಆಹಾ...ಅದ್ದಿ ತೆಗೆದಂತಿದೆ ಸದ್ಯವ'
ಎಂದರು

ಬೆರಗು ನೋಟ ಬೆವರ ಹರಿವು ನನಗೆ

ಮೊದಲಿಗೆ
ಅಲ್ಲೊಂದು ನಕ್ಷತ್ರ ಗುರುತಿಸಿದರು
ಖುಷಿಯ
ತಿಟ್ಟ ಹತ್ತಿದಂತಾಯಿತು
ಅರ್ಧಚಂದ್ರನನು ಗುರುತಿಸಿದರು
ಅಚ್ಚರಿಯಾಯಿತು
ಶೂನ್ಯ ತೋರಿಸಿ
ಅಸಾಮಾನ್ಯವೆಂದರು
ಕೇಸರಿ ಚಿಟ್ಟೆ ಹಸಿರು ಬಟ್ಟೆ
ಮುರಿದ ಶಿಲುಬೆ ಮೊಡ್ಡು ಮೊಳೆ
ಜನಿವಾರ ಶಿವದಾರ ಲೇಸಿನ ಟೋಪಿ
ತೀರ್ಥದ ಕುಪ್ಪಿ
ನಾಮ ನೇಮ ಆಝಾನು ಆರತಿ
ಜಪಮಣಿ ರುದ್ರಾಕ್ಷಿಗಳ ಆಕೃತಿ
ತೋರಿದರು
ಲಿಂಗವೆಂದರು ಸಂಭೋಗವೆಂದರು
ದಿಗಂಬರವೆಂದರು
ಅಂಗನೆಯೆಂದರು
ಎಡವೆಂದರು ಜಡವೆಂದರು

ಬೆಕ್ಕಸ ಬೆರಗಾದೆನು
ಭಪ್ಪರೆ...
ನಾನಲ್ಲದ ನನ್ನ ಹೆಕ್ಕಿ ಹೆಕ್ಕಿ
ಹೇಳುತ್ತಿರುವವರ
ನೆಟ್ಟ ನೋಟದಲ್ಲಿ ನೋಡುತ್ತ ಕುಳಿತೆನು

ಅನ್ನ ಗುರುತಿಸಿದರು
ಹಸಿವು ಗುರುತಿಸಿದರು
ರೊಟ್ಟಿಯೆಂದರು ಹೊಟ್ಟೆಯೆಂದರು
ಯೋನಿ ಗುರುತಿಸಿದರು

ದೋಣಿ ಗುರುತಿಸಿದರು
ತುಟಿಕಟಿ ಮೊಲೆ ಮುಟ್ಟುಗಳ
ಗುರುತಿಸಿ ಭಲಾಭಲಾ ಎಂದರು
ಅತ್ತಿತ್ತ ಎಳೆದ ವಕ್ರಗಳನ್ನೆಲ್ಲ
ಚೆಲ್ಲಿದ ನೆತ್ತರೆಂದರು
ವೀರ್ಯವೆಂದರು ಊರ್ಧ್ವವೆಂದರು
ತ್ರಿಭುಜದ ತುದಿಯೊಂದ ಕತ್ತಿಯೆಂದರು
ಕಠಾರಿಯೆಂದರು
ದಲಿತ ದಮನಿತ ಹಿರಿಕರಿ
ಕೀಳುಜಾಳುಗಳ ಗುರುತಿಸಿ
ಕಣ್ಣೀರು ತೊಟ್ಟಿಕ್ಕಿದರು
ಕೋಟಿ ಕೊಟ್ಟರೂ ಮೀರುವ
ಕಲೆಯೆಂದರು
ಎದೆಯ ಕಾವೆಂದರು ಹರಿದ ನೋವೆಂದರು

ಬೆರಗಿನ್ನೂ ಬೆಚ್ಚಗಿರುವಾಗಲೇ ಇವರು ಬಂದರು
ತಾವೇ ಹಾಸಿಕೊಂಡ ಕೆಂಪುಹಾಸಿನ ಮೇಲೆ
ತಮ್ಮದೇ ಗಿಣಿಪಾದವೂರುತ್ತ
ಮೆಲುವಾಗಿ ಗುನುಗುತ್ತ
ಬೆಳ್ಳಾನೆ ಬಿಳಿ ಮಂದಿ.
ತೊಳೆದಂತ ಹೂಮಾತು
ಪ್ರಭಾವಳಿಯೇ ಸುತ್ತೂ
ಆಹಾ...ದೇವಸಂತತಿ...
ಮೆಲ್ಲಗೆ ಬಿಡಿಸಿ ಹಾಳೆ, ತಮ್ತಮ್ಮ ನಲ್ಲೆಯರ
ಕೂಗಿದರು
ಇದ್ದ ಚುಕ್ಕಿಗಳ ಕೂಡಿಸಿ ಹೊಸ ರಂಗೋಲಿ
ಹಾಕಿ ನೋಡು ಎಂದರು.
ಚೌಕ ಆಯತಗಳ ಹೆಗಲು ಬಡಿದು
ನಾದ ಹೊಮ್ಮಿಸಿ ಕಣ್ಣು ಮಿಟುಕಿಸಿದರು
ಕೋನಕೋನವನ್ನೂ ವಿಶಾಲವೆಂದರು ಲಘುವೆಂದರು
ಸಮಕೋನ ನೋಡದೆಯೇ ಮುಂದೆ ನಡೆದರು

ವೃತ್ತದ ಸುತ್ತಾ ಸುತ್ತಿ ವೇದವೆಂದರು ಭೇದವೆಂದರು
ಮಾತೆಯೆಂದರು ಜ್ಯೋತಿಯೆಂದರು
ಸ್ವಸ್ತಿಕವೆಂದರು ಓನಾಮವೆಂದರು
ವರವೆಂದರು ನರರೆಂದರು
ಭಜನೆ ಅಭಿಷೇಕ ಭಾನು ನಾನುಗಳ ಹುಡುಕಿ
ಬೆನ್ನು ತಟ್ಟಿದರು
ನಡೂವೆ ಒಂದು ಗೆರೆಯಿಟ್ಟಿದ್ದರೆ ಶ್ರೇಷ್ಠವಿತ್ತೆಂದರು

'ಮತ್ತವರು ಹಾಗೆ ಹೇಳಿದರು!?' ಎಂದೆ
ಬೆಪ್ಪುಕಲಾವಿದೆ ನಾನು ತೆಪ್ಪಗಿರದೆ.
ಅಸೂಯೆಯೆಂದರು ದುರಾಸೆಯೆಂದರು
ಪಾಪದವರ
ಅಸಹಾಯಕತೆಗೆ ಛ್ಯೆಛ್ಯೆ ಲೊಚಗುಟ್ಟಿದರು

ವೃತ್ತ ರೇಖೆ ಬಿಂದು ಆಯತಗಳ
ಎಳೆವಾಗ ನೀನಿದ್ದೆ ಎದೆಯಲ್ಲಿ
ಎಂದು ಯಾರಲ್ಲೂ ಹೇಳುವಂತಿಲ್ಲ
ಗೆಳೆಯ
ನಾನೂ ಇದ್ದೇನೆ ಅಲ್ಲಿ
ನಿನ್ನ ಸುತ್ತಿಕೊಂಡ ಬಳ್ಳಿ
ವೃತ್ತದ ಸುತ್ತಿನಲ್ಲಿ
ಚುಕ್ಕಿಯಲ್ಲಿ ಚಿಟ್ಟೆಯಲ್ಲಿ
ಆಯತ ತ್ರಿಭುಜಗಳ ಮಗ್ಗುಲಲ್ಲಿ
ಬೆಟ್ಟದಲ್ಲಿ ಕಣಿವೆಯಲ್ಲಿ ಮುಗಿಲಿನಲ್ಲಿ
ಮುತ್ತಿನಲ್ಲಿ ಹೂವಿನಲ್ಲಿ ಹಾದಿಯಲ್ಲಿ
ಎರಡೂ ಬೊಗಸೆಗಳ ಒಡ್ಡಿಕೊಂಡು
ಜೀವ ತೋಯುವ ಪ್ರೇಮ
ಸುರುವಿಕೊಂಡು
ಅವನತಮುಖಿ ಸುಖಿ ಸಖಿ

'ಒಮ್ಮೆ ನೋಡಿ... ನನ್ನ ಒಮ್ಮೆ ನೋಡಿ...'
ಎಂದರಚಿಕೊಂಡರೂ ಜಾಣಕೆಪ್ಪಿನ

ಮಂದಿ ಹುಡುಕುತ್ತಿದ್ದಾರೆ ಅದೇ
ಹಾಳೆಯಲ್ಲಿ:

ಇನ್ನೂ ಸಿಕ್ಕದ ಹರಿದ
ಕುಪ್ಪಸಕ್ಕಾಗಿ ಜರಿದ ಸ್ತನಕ್ಕಾಗಿ
ಹೊಕ್ಕುಳದ ಸಿಕ್ಕಿಗಾಗಿ
ತೊಡೆಗಾಗಿ ಜಡೆಗಾಗಿ
ಪಾತ್ರಕ್ಕಾಗಿ ಪಾವಿತ್ರ್ಯಕ್ಕಾಗಿ
ಪ್ರಾಮಾಣಿ'ಕತೆ'ಗಾಗಿ ನೈತಿ'ಕತೆ'ಗಾಗಿ
ವಿಶೇಷಕ್ಕಾಗಿ ಅಶೇಷಕ್ಕಾಗಿ.

24

ನನ್ನ ಈ ಪುಟ್ಟ ಊರು

ನಡುರಾತ್ರಿಯಲ್ಲಿ
ನನ್ನ ಈ ಪುಟ್ಟ ಊರು
ಎಚ್ಚರಾಗುವುದು
ಕೇಳುತ್ತದೆ

ಕೇಳುತ್ತದೆ
ಅದರ ಎದೆ ಬಡಿತ
ಉಸಿರ ಏರಿಳಿತ
ನರವ್ಯೂಹದಲ್ಲಿ ನೆತ್ತರ ಚಲನೆ
ಮಜ್ಜೆಯೊಳಗಲ್ಲಿಯಲಿ
ಹೊಸರಕ್ತದುತ್ಪಾದನೆ

ಕೇಳುತ್ತದೆ
ಮೆದುಳ
ವಿದ್ಯುತ್ ಪ್ರವಾಹ
ಛಟಿಛಟಿಲೆನ್ನುವ
ಗುಡುಗು ಸಿಡಿಲುಗಳು
ಉಂಡ ತುತ್ತು
ಗುಟುಕಿದ ನೀರು
ಗುಳುಗುಳು
ಸದ್ದು
ಊರ ನಡು ಮಧ್ಯದ
ಹಾದಿ

ಕಿವಿಯಾನಿಸಿದರೆ ಕೇಳುತ್ತದೆ
ರಚ್ಚೆ ಹಿಡಿದಳುವ
ಬಚ್ಚಲಲಿ ತೊಳೆದ ವೀರ್ಯ
ಕೊನೆ ಬೀದಿಯಲ್ಲಿ
ಈಗಷ್ಟೇ ಮುಗಿದ ಒಂದು ಕ್ರೌರ್ಯ

ಎದೆಯ ಮೆದುವಿಗೆ
ಯಾವುದೋ ಬೆರಳಾಡಿ
ಹಿತ್ತಿಲಿನ ಎರಡು
ದಳದ ಹೂಪಕಳೆ ಮೇಲೆ
ಭ್ರಮೆಯ ಕೋಲಾಡಿ
ಉಲ್ಲುಲ್ಲಾಯಿ ಉಲ್ಲುಲ್ಲಾಯಿ

ಬೆಳ್ಳಂಬೆಳಿಗ್ಗೆ ಯಾರೂ
ಹೇಳಿರಲಿಲ್ಲ
ಕೋಗಿಲೆಗೆ, ಸೂರ್ಯನಿಗೆ
ತೋರಣವಾಗಿಸು ಎನ್ನುತ್ತ ಹೊಳೆವ
ತಳಿರಿಗೆ
ಗುಬ್ಬಿ ಗೊರವಂಕಗಳಿಗೆ

ಎಳೆಸೂರ್ಯ ಬೆಳಕು ಚೆಲ್ಲುವ
ಹೊತ್ತಿಗೆ
ಒಳಮನೆಯಲ್ಲಿ ಹಸೂಗೂಸು ಅಳುತ್ತದೆ
ಕಸವಿನ್ನೂ ಬಿದ್ದಿಲ್ಲ

ಕಪ್ಪನೆಯ ನನ್ನೂರು
ಕಪ್ಪಗಿನ ಎದೆತೊಟ್ಟು
ಕಪ್ಪಗಿನ ಹೂಪಕಳೆ
ಕಪ್ಪನೆ ಕೋಲು

ನಕ್ಕು
ಬೆಳೆಯುತ್ತದೆ ಮತ್ತೂ

ಈ ಪುಟ್ಟ ಕಪ್ಪನೆ ಊರು
ನಡು ರಾತ್ರಿ ಹೊತ್ತು
...

...

ಮುಂಗಾರು ಇಂಗಿದವನನ್ನೇ
ಅವಳು ಸಾಂಗತ್ಯಕ್ಕೆ
ಆದುಕೊಂಡಿದ್ದು
ಅಬ್ಬಾ!
ಈಗ ಎಷ್ಟೊಂದು ಕವಿತೆ
ಬರೆಯುತ್ತಾಳೆ!!

25

ಅಮ್ಮನಾಗುವುದೆಂದರೆ

ಅಮ್ಮನಾಗುವುದೆಂದರೆ
ಕೆಲವು ನೋವುಗಳನ್ನು
ಆಕಾಶಕ್ಕೆ ಹಾರಿ ಬಿಡಬೇಕು;
ಕೆಲವು ಮಾತುಗಳನ್ನು
ಬರಡು ನೆಲದೊಳಗೆ
ಆಳ ಗುಳಿ ತೆಗೆದು
ಮೊಳೆಯದಂತೆ ಹೂಳಿ
ಬಿಡಬೇಕು

ಕೆಲವು ಗುಟ್ಟುಗಳನ್ನು
ಮೆಲ್ಲಗೆ ಅಡಗಿಸಿಟ್ಟು
ತಿದಿಯೊತ್ತಿ ಸುಟ್ಟು ಬಿಡಬೇಕು;
ಕೆಲವು ಹೂಸಮಯಕ್ಕೆ
ಚಿಟ್ಟೆಗಳ ಕೂರಿಸಿ ಕಾಮನಬಿಲ್ಲಿಗೆ
ಕಟ್ಟಿ ಬರಬೇಕು

ಕೆಲವು ನಗುವನ್ನು
ಚಿಗುರಿದ ಹರೆ ತುದಿಗೆ
ಮುಡಿಸಿ ಹಾರೈಸಿ
ಬರಬೇಕು;
ನೋವು ಹೊಮ್ಮಿಸುವ
ಪದಗಳಲ್ಲಿ
ಅಕ್ಷರಗಳ ಹೆಕ್ಕಿ ತೆಗೆದು
ತೃಪ್ತಿಯ ಹಾಡು ಕಟ್ಟಬೇಕು

ಉಪೇಕ್ಷೆಯ ಚಿತ್ರಪಟಕ್ಕೆ
ನಿರ್ಲಕ್ಷ್ಯದ ಮೊಳೆ
ಹೊಡೆದು ಇಳಿ ಬಿಟ್ಟು
ಸೋಜಿಗದ ಸೊಬಗು
ಮೂಡಿಸಬೇಕು;
ಚುಕ್ಕಿಗಳು ಹುಟ್ಟುವಾಗ
ಕರೆದು ಮುದ್ದಿಸಿ
ನೆತ್ತಿಗೆ ಮುತ್ತಿಟ್ಟು ಬಿಕ್ಕು ಒರೆಸಿ
ಹೊಸರಾಗ ಕಲಿಸಬೇಕು

ಅಮ್ಮನಾಗುವುದೆಂದರೆ
ಹರೆ ಕಡಿದು
ಬೇರಿಳಿಸಿಕೊಳ್ಳಬೇಕು.

26

ಕೂವಾ... ಕೂಕ್ಕಾ...

ಭೆಟ್ಟಿಯಾದ
ಒಂದೂವರೆ ಸೆಕೆಂಡಿನಲ್ಲಿ ಎದೆಬಡಿತ ಹೆಚ್ಚಿ
ಬಿಚ್ಚಿಕೊಂಡ ಹೆರಳಿಗೆ ಮೂಗಿಟ್ಟು
'ನನ್ನ ಜೀವಂತ ಅಗ್ನಿಪರ್ವತವೇ' ಎನ್ನುತ್ತಾನೆ
'ಮೇಘಸ್ಫೋಟವಾದದ್ದು ನಿನ್ನಲ್ಲಿ
ಎಂದಮೇಲೆ ನಾನು ನಿತ್ಯನಿತ್ಯ
ಹರಿವ ಲಾವಾದ ಜ್ವಾಲೆ ತಾನೇ'
ಎಂದೇನೋ ಮುಲುಕುತ್ತೇನೆ
ಸೋಕುತ್ತವೆ ತುಟಿ ನನ್ನ ನೆತ್ತಿ
ಢವಢವ ಢವಗುಡುತ್ತಿದೆ ಪ್ರೀತಿ

ದಪ್ಪನೆಯ ಹತ್ತಿಯ ಅಂಗಿಯನ್ನೂ ದಾಟಿ
ಬೆಚ್ಚಗಿನ ಎರಡು ಬಿಂದು ಬೆತ್ತಲೆದೆಗೆ ತಾಕಿ
ಹೃದಯ ಗಿರಗಿರಗಿರಕಿ.
ಅಕ್ಕರೆಯ ಹಸೀತನ.
ನರವ್ಯೂಹದೊಳಗೆಲ್ಲ ತೋಂತನನ ತಾನ

ನಿನ್ನ ಪ್ರೇಮದ ಪರಿ
ಗೆ ಸುರಿದ ಸುಖದ ಕಣ್ಣೀರು
ಎಂದೇನಾದರೂ ಭ್ರ
ಮಿಸದಿರು ನನ್ನ ಹೊಸಸಖನೆ
ಕಳೆದ ಮೋಹಗಳಲ್ಲಿ
ಮೂರನೆಯವನ ಹುಲಿಮುದ್ದು ಒದ್ದೆಮುತ್ತು
ಮೈಗಂಧ ಮುನ್ನಾಟಗಳ
ನೆನಪಾಗಿ, ಮುಕ್ಕಾಲು ಘಳಿಗೆಗೆ

ಮುಗಿವ ಈ ಸಪ್ಪೆ ಒಲವನ್ನೂ
ಆಸ್ವಾದಿಸಬೇಕಾದ ನನ್ನ ಸ್ಥಿತಿಗತಿ
ಗೆ
ದುಃಖ ಉಕ್ಕುಕ್ಕಿ ಬಂದಿತಷ್ಟೆ

ನಿಜ ಹೇಳಿದ್ದಕ್ಕೆ ನಿಷ್ಠೂರನಾದೆಯೇನು?
ತಿಂಗಳ ಹಿಂದೆ ಕೂಡಿದಾಗ
'ನನ್ನ ಇಳಾ'
ಎಂದೇನೋ ಉಸಿರಿದ್ದಿ ತಾನೇ ನೀನು
ಒಂಬತ್ತನೆಯವನ ನೆನಪಿನಲ್ಲಿ
ಹರವಿಕೊಂಡಿದ್ದವಳು ನಾನು
ಮುನಿಯಲಿಲ್ಲ, ತುಟಿಕಚ್ಚಿ ಬೆಚ್ಚಿ ಬಿದ್ದದ್ದು
ಕಂಡರೂ ಕೇಳಲಿಲ್ಲ

ಕಲಿತ ಪಾಠದಲ್ಲಿ
ಎಣಿಕೆಗೆ ಮಹತ್ವ ಕೊಡುವುದನ್ನು
ತುಸು ಹೆಚ್ಚೇ ಹೇಳಿಕೊಡಲಾಗಿದೆ
ತೆರೆದ ಹೆರಳಿನ ಹುಡುಗಿಯರು
ಈಗ ನಾವು,
ಕಲಿತಿದ್ದನ್ನು ಮುಡಿಯುತ್ತಿದ್ದೇವೆ.
ಮಲಗುವಾಗ ತೆಗೆದಿಡುವುದು
ಬಾಡಿದ ಮೇಲೆ ಬಿಸಾಡುವುದೂ
ಖುಷಿ ನೀಡುತ್ತಿದೆ

ಸಖ
ಹೂದೋಟದ ಪರಿಮಳಗಳ ಕಥೆ ಹೇಳಿ
ಮರುಭೂಮಿಯವರೆಗೂ ಕರೆದೊಯ್ಯುವುದು
ಈಗಲೂ ನಿಮ್ಮ ಪಾಳಿ
ಕಣ್ಣಿಗೆ ಬಟ್ಟೆ ಕಟ್ಟಿ ಸುತ್ತ ತಿರುಗಿಸಿ ಕೂವಾ... ಕೂಕ್ಕ
ಕೂಗಿ 'ನಮ್ಮಯ ಹಕ್ಕಿ ಬಿಟ್ಟೇಬಿಟ್ಟೆ'
ಹೇಳಿ ಹುಡುಕುತ್ತಿದ್ದವನಿಗೊಂದು ಕುಹಕದ

ಮುತ್ತೆಸೆದು
ಹೊರಗೋಡಿ ಬರುವುದು ಈಗೀಗ ನಮ್ಮ ಚಾಳಿ

ನಿಜದ ಹೂಗಂಧದೂರು ಹುಡುಕುತ್ತ
ಹೊಸಿಲು ದಾಟಿದ್ದೇವೆ
ಹೊರಬಾಗಿಲಿಗೆ ಹೊಸತೋರಣ
ಹೂಮಾಲೆ ಹಾಕಿದ್ದೇವೆ. ಒಳಗೆ ಖಾಲಿಕಳಶ;
ಕಾಮ
ನಬಿಲ್ಲು ಕಾಣಲು
ತಿರುಗುವುದನ್ನು ಕಲಿತಿದ್ದೇವೆ
ಬೆತ್ತಲಾಗುವುದೆಂದರೆ
ಅಕ್ಕನಾಗುವುದೆಂದೇ ಲೋಕಕ್ಕೆ ತಿಳಿಸಿದ್ದೇವೆ

...

...
'ಅವಳು ಹೊಸಿಲು
ದಾಟಿದಳು'
ಅಡಗಿಸಲಾಗದ ಅವಮಾನದಿಂದ
ತನ್ನ ಹೆಂಡತಿಯನ್ನು ನೋಡುತ್ತ
ಗುಡುಗಿದ

ಅವಳತ್ತ ನೋಡಿದೆ.
ನಸುನಕ್ಕಳು!

ಮಹಾಜನಗಳೇ
ನ್ಯಾಯ ತೀರ್ಮಾನಕ್ಕೆ
ದಯಮಾಡಿ ಕವಿಯನ್ನು
ಆಯ್ಕೆ ಮಾಡಬೇಡಿ

27

ಸಾವು

ಬಗಲ ದಿಂಬಿನ ಮೇಲೆ
ತಲೆಯಿಟ್ಟು ಮಲಗಿದ್ದಾನೆ

ಆಜಾನುಬಾಹು
ಮನಸ್ಸು ಚೆಂಡು ಹೂವು
ಮಾತು ರಸಪುರಿ ಮಾವು
ಕರಗುತ್ತಿದ್ದೇನೆ
ಆಹಾ... ಎಂಥ ಕಾವು

ಕೈಯಲ್ಲಿ ಕುಣಿಕೆ
ಬಗಲಿಗೆ ಪುಸ್ತಕ
ಕೋಣೆ ಹೊರಗಡೆ ಕೋಣ
ಎಷ್ಟು ತಿಕ್ಕಿ ತೊಳೆದರೂ
ಇವ ಇದ್ದಿಲಿನ ಬಣ್ಣ

ಇಷ್ಟು ಕಾಲ ಹಂಬಲಿಸಿದ್ದು
ಇಂತಹ ಗಂಡನ್ನೆ ನಾನು
ತಬ್ಬಿಕೊಂಡು ಹಬ್ಬಿದೆ
ಕರೆದುಕೊ ಎಂದೆ
ಬೆರೆಯಬಾ ಅಂದೆ

ಎಷ್ಟು ಕಾಲದ ಹಸಿವು ಇದು
ನಾನೇ ಹುಡುಕಿ ಹೊರಟಿದ್ದೆ
ಸಿಕ್ಕಿದವ ಕೈತಪ್ಪಿ ಓಡಿಹೋಗಿದ್ದ
ಆಡಿಕೊಳ್ಳುವವರೆದಿರು ನಾ
ಜಾರಿಬಿದ್ದಿದ್ದೆ

ಈಗಷ್ಟೇ ಒಲಿದಿದ್ದಾನೆ
ನಲುಮೆ ತೋರುತ್ತ
ಮಲಗಿದ್ದಾನೆ ಬಳಿಯಲ್ಲಿ
ಕೊರಳಿನ ಜೀವ ಹೀರುತ್ತ
ಎಂಥಾ ಸುಖ!!

ಎಲ್ಲ ಮುಗಿಯುವವರೆಗೂ
ಒಳಗೆ ಬರಬೇಡಿ ಯಾರೂ
ದಮ್ಮಯ್ಯ
ಬಳಲಿದ್ದೇನೆ ನಾ
ಈ ಇಲ್ಲಿಯ ತನಕ

28

ಪ್ರಧಾನವಲ್ಲದ ಪಾತ್ರ

ಪದ್ಯ ಓದಿ ಮುಗಿಸಿ
ನಿಸ್ತೇಜ ಖುಷಿಯಂಥದ್ದೇನೊ ಘಟಿಸಿ
ಈಚೆಗಷ್ಟೆ ಬಳಕೆಗೆ ಬಂದಿದ್ದ ಚಾಳೀಸು
ತಲೆಗೇರಿಸಿ ಕಣ್ಣು ಮುಚ್ಚಿ
ಕಾಲು ಚಾಚಿದೆ
ಕಾಣಲಿಕ್ಕೆ ಒರಟೊರಟು ಬೊಮ್ಮಟೆ
ಯಂತೆನಿಸುವವಳ ಪದಪದವೂ
ಎಂಥ ಮಧುರ
ಎಲ್ಲಾ ಸಲ್ಲಲಿತಗಳೂ ಒಮ್ಮೆಗೆ
ಹದಗೊಂಡು ಹರಗಿಕೊಂಡಿವೆ ಇಲ್ಲಿ
ಬಿತ್ತಿದ್ದೆಲ್ಲವೂ ಮೈದುಂಬಿದ ಬೆಳೆ
ಮುಂದೆ ಎಂದಾದರೊಂದು ಸಿಕ್ಕರೆ
ಹಗ್ಗಿಸಿಕೊಳ್ಳಬೇಕು ಅಕ್ಕರೆಯಲ್ಲಿ
ಅವಳ ಮೀನು ಕೊಚ್ಚಿದ ಕೈಗೆ
ಪದ್ಯ ಹೇಗೆ ಅಂಟುತ್ತವೆ ಎಂದು
ವಿಂಗಡಿಸಿ ಕೇಳಬೇಕು ಎಂದುಕೊಳ್ಳುವಾಗಲೇ

ಇವನು ಈಚೆಗೆ ನೋಡಿದ ನಾಟಕ
ದ ಪ್ರಧಾನವಲ್ಲದ ಪಾತ್ರದ
ಅವಳನ್ನು ಅಡಿಮುಡಿ ತನಕ ಹೊಗಳಿ
ಮೆಚ್ಚುಗೆ ಸೂಚನೆಗೆ ಒಂದು ಅಪ್ಪುಗೆ
ಅಷ್ಟೇ ಅಂಥ ಅವಘಡವೇನು ಇಲ್ಲ ಹುಚ್ಚಿ
ಅಂತ ಸಂತೈಸಿದ್ದು ಎದೆಗಿಳಿದು
ಅವನ ತೋಳಿಗೊರಗಿದರೆ

ಯಾವುದೊ ಅಪರಿಚಿತ ವಾಸನೆ
ಯ ಗೆಳತಿಯೀಗ

ಒಳಗೊಂದು ಕ್ರೌರ್ಯ ಹೆಡೆಯಾಡಿ
ಮುಂದಿನ ಮೂರುಮೂರು ವಾರ
ಈ ಲೋಕದ್ದೆಲ್ಲ ಬಣಬಣ
ಮೌನವೋ ಕ್ರೋಧವೋ
ಒಂದು ಅಂತರ್ಯುದ್ಧ.

ಹೀಗೇ ನನ್ನೊಂದಿಗೇ ಕುಳಿತು ಯಾವುದೋ
ನಾಟಕ ನೋಡಿ ಅದರ ನಾಯಕಿಯ
ಹೆಸರಿಗಾಗಿ
ಎಬರಾಡಿದ್ದು ಅವಳದೊಂದು ಸದ್ದು
ಕಿವಿಗೆ ಬಿದ್ದರೆ ಪಾವನವೆಂಬಂತೆ ಕಳವಳಿಸಿದ್ದು
ಸಿಕ್ಕರೆ ತಬ್ಬಿಯೇಬಿಡುತ್ತಾನೇನೊ ನೆಪವೊಡ್ಡಿ
ಎಂಬುದೆಲ್ಲ ನೆನಪಾಗಿ
ಹಗ್ಗಿಸಿಕೊಳ್ಳುವುದು ಅಂದರೆ ಸಲೀಸಲ್ಲ ಎನಿಸಿತ್ತು

ಮೊನ್ನೆ ದೂರದ ಊರಿಗೆ ಕವಿತೆ ಓದಲಿಕ್ಕೆಂದು
ಹೋದ ಗೆಳತಿ ಮೂರು ದಿನ
ಮನಸ್ಸು ಕಳೆದುಕೊಂಡಿದ್ದಳು
ಏನಾಯಿತೇ ಎಂದರೆ ಸಿಡಿಸಿಡುಕು
ಆರನೇ ದಿನಕ್ಕೆ ಅವಳೇ ಹೇಳಿದಳು
ಅಲ್ಲಿನ ನಡುವಯದ ವಿಮರ್ಶಕನೊಬ್ಬ
ಇವಳೋದು ಮೆಚ್ಚಿ ಕೋಣೆವರೆಗೂ ಬಂದು
ಊರಿನ ವಿಶೇಷ ತಿನಿಸು ಇಟ್ಟು
ಕಣ್ಣಿಗೆ ಕಣ್ಣು ನೆಟ್ಟು ಹಗ್ಗಿಸಿಕೊಂಡನಂತೆ
ಮೆಲ್ಲಗೆ ಲವ್ ಯು ಮಾ ಎಂದನಂತೆ
ಅದರಲ್ಲೇನಿದೆ ಮಾಮೂಲಿ ಎಂದರೆ
ಹಾಳು ಬೇನೆ ಒಕ್ಕರಿಸಿದೆ ಕಣೇ
ತೊಳೆದರೂ ಹೋಗದ ನವಿರು ವಾಸನೆ
ತೋಳ ತುಂಬಕೂ ಅವನೆಂದರೆ ಬರೀ ಅವನೇ

ಹೀಗೊಂದು ತಬ್ಬುಗೆಯ ಕಂಡೇ ಇರಲಿಲ್ಲ
ಈ ತನಕ ಈ ಐನಾತಿ ಜೀವ
ಎಂದಿದ್ದು ಕಂಡು ಬೆಚ್ಚಿದ್ದೆ

ಮಾರಿದೇವರಿಗೆ
ಎರಡು ಮೊಗ್ಗಿನ ದಾಸವಾಳ
ಪಚ್ಚಕರ್ಪೂರ ಹಾಕಿದ ಶೀಕರಣೆ
ತುಪ್ಪದಾರತಿಯ ಲಂಚ ಒಡ್ಡಿ
ಇವನು ಹಗ್ಗಿಸಿಕೊಂಡ ವಾಸನೆ
ಹೇಳಹೆಸರಿಲ್ಲದಂತೆ ತೊಳೆದುಹೋಗಲಿ
ಹರಿದು ವೃಷಾಭವತಿ ಸೇರಿ ಮತಿಹೀನವಾಗಲಿ
ಎಂದೇನೋ ಖಬರಿಲ್ಲದಂತೆ ಬೇಡಿ
ಎಚ್ಚಿಯಲ್ಲಿ ಬೆಳಗಾಗೆದ್ದು ನೋಡಿದರೆ
ಈ ಊರಿನ ಇವಳು ಕವಿಯೂ
ಆ ಊರಿನ ವಿಮರ್ಶಕನೂ
ಊರು ಬಿಟ್ಟಿದ್ದರು

ಇವನ ಫ್ರೆಂಡ್ ಲಿಸ್ಟಿನಲ್ಲಿ
ಪ್ರಧಾನವಲ್ಲದ ಆ ಪ್ರಧಾನ ಪಾತ್ರದ
ಅವಳು ಹೊಸದಾಗಿ ಕೂಡಿಕೆಯಾಗಿದ್ದಳು.

29

ದೇವರಿಗೆ ಧನ್ಯವಾದಗಳು

ಈ ಬೆಳಗನ್ನು ಮತ್ತೆ
ನೋಡುವಂತೆ ಉಸಿರು ತುಂಬಿದ್ದಕ್ಕೆ
ಸುರಿವ ಮಳೆ ಬಿದ್ದ ಮರ
ಒದ್ದೆ ಹಕ್ಕಿ ಜಗದ ಸದ್ದು
ಪ್ರೇಮ ತುಂಬಿದ ಹೃದಯವನ್ನು
ನನ್ನೆದೆಯೊಳಗೆ ಇರಿಸಿದ್ದಕ್ಕೆ

ದೇವರಿಗೆ ಧನ್ಯವಾದಗಳು
ಉರಿವ ಒಲೆಯ ಮೇಲೆ ಈ
ದಿನವೂ ರುಚಿಯ ಹಬೆಯಾಡಿಸಿದ್ದಕ್ಕೆ
ದುಡಿದ ದೇಹ ಬಿಸಿಯ ಹುಗ್ಗಿ
ಒಡಲ ಹಸಿವು ಉಂಡ ಕೂಸು
ಗಿಡದ ತುಂಬ ಹೂವರಳಿ
ಮುಡಿದ ದೇವರು ನಕ್ಕಿದ್ದಕ್ಕೆ

ದೇವರಿಗೆ ಧನ್ಯವಾದಗಳು
ನಲಿವು ನೋವುಗಳ ಕೇಳಲು
ಕಿವಿಯೆರಡು ಸಿದ್ಧವಾಗಿಟ್ಟಿದ್ದಕ್ಕೆ
ಮಾತಿಗೆ ಧ್ವನಿ ಸಂಕಟಕ್ಕೆ ಕಣ್ಣೀರು
ಮೋಹಕ್ಕೆ ಉನ್ಮಾದ ಸ್ನೇಹಕ್ಕೆ ಹೃದಯ
ಶಬ್ದ ತರಂಗಗಳು ದುಡಿದು
ಭಾವಗಳ ತಲುಪಿಸಿದ್ದಕ್ಕೆ

ದೇವರಿಗೆ ಧನ್ಯವಾದಗಳು
ಹರಿಯಲು ಬಂದಾಗೆಲ್ಲ ತಾವೇ
ಬಟ್ಟೆಗಳ ಕಳಚಿ ಬೆತ್ತಲ

ಭಯ ಅಳಿಸಿ ಅಕ್ಕನಾಗಿಸಿದ್ದಕ್ಕೆ
ತುಂಬದ ಥೈಲಿ ತುಳುಕದ ಕುಂಭ
ಬಯಲಲ್ಲದ ಹಾದಿ ಕತ್ತಲಿಲ್ಲದ ಗುಹೆ
ಗರ್ಭಕ್ಕೆ ಪೊರೆವ ಶಕ್ತಿ ತುಂಬಿದ್ದಕ್ಕೆ

ದೇವರಿಗೆ ಧನ್ಯವಾದಗಳು
ಜಗದ ಗಂಡುಗಳ ಎದೆಕಂಕುಳಲ್ಲಿ
ಪೊದೆ ಬೆಳಸಿ ತೊಡೆಗಂಬಗಳ
ನಡುವೆ ಘನತಿಮಿರಿನ
ಬಲಿಗಂಬ ಮೂಡಿಸಿದ್ದಕ್ಕೆ
ದೇವರಿಗೆ ಧನ್ಯವಾದಗಳು
ಬಲಿಯಾಗಲು ಇನ್ನೂ ಹೆಣ್ಣುಗಳು
ಹುಟ್ಟುತ್ತಿರುವುದಕ್ಕೆ!

30

ಮಡಿ

‘ಸಿಗರೇಟು ಮದ್ಯ ಎಲ್ಲವೂ
ಇತ್ತು
ನಿನ್ನ ಸಂಕೇತ ಸಿಕ್ಕಿರಬೇಕು ಆತ್ಮಕ್ಕೆ
ಬಿಟ್ಟೆ ಎಲ್ಲವನ್ನೂ
ಟೀ ಕಾಫಿ ಸೇರಿದಂತೆ’
ನನ್ನ ಅಂಗೈ ಗೆರೆಯೊಂದಿಗೆ ಆಡುತ್ತಿದ್ದವನು
ಕಣ್ಣನ್ನೇ ನೋಡುತ್ತಾ ಹೇಳಿದ

ಒಂದು ನಿಟ್ಟುಸಿರು ದಬ್ಬಿಕೊಂಡು ಬಂತು
‘ಕೊನೆಯ ಪಕ್ಷ ಮದ್ಯದ ಅಭ್ಯಾಸ
ಇದ್ದಾಗಲಾದರೂ
ಸಿಕ್ಕಬಾರದಿತ್ತೇನೊ ನೀನು’
ಹೇಳಬೇಕೆನಿಸಿದ್ದು ಸದ್ಯ
ಶಬ್ದವಾಗಲಿಲ್ಲ

ಮಡಿಕೆಯೇ ವರ್ಜ್ಯವಾಗುವ
ಮಡಿಯನ್ನು ಸಹಿಸುವುದು
ಪ್ರೇಮದಲ್ಲಿ ಅಸಾಧ್ಯ!

31

ಮಣ್ಣು ಹುಳು

'ಯಾರವನು? ಅವನು ಯಾರು?'
ಒಗ್ಗಾಡಿಸುತ್ತಾರೆ ಮಂದಿ

'ಆಳಕ್ಕಿಳಿದಷ್ಟೂ ಹೊರಕ್ಕೆಳೆದು
ಮೈಮೇಲೇ ಬಿಟ್ಟುಕೊಳ್ಳುವ
ಮಣ್ಣುಹುಳ
ನಾನು ಮುದ್ದಿಸುವ ಮಣ್ಣುಹುಳ'

ಅರ್ಥವಾಗದೆ ಅವರು
ಹಸಿಬಿಸಿ ಊಹಿಸಿ
ನನ್ನ ಕಣ್ಣನ್ನೇ ನೋಡುವಾಗ
ಹೊಸತಾದ ವಿವರಣೆಯ ಕುರಿತು
ನನಗೂ ಸ್ಪಷ್ಟವಾಗದೇ
ತಗ್ಗಿಸುತ್ತೇನೆ ಮುಖ

ಅವನೆಂದರೆ ನನ್ನ ದ್ವಂದ್ವ
ನನ್ನ ಗೊಂದಲ
ನನ್ನ ಸಂದೇಹ ನನ್ನ ಬೆಂಬಲ
ನನ್ನ ತುಂಬು ಹಂಬಲ
ಎನ್ನುವುದನ್ನು
ಕೂಗಿ ಹೇಳಿಬಿಡಲೇ ಒಮ್ಮೆ
ಎನ್ನುತ್ತ
ಸುತ್ತೂ ನೋಡುತ್ತೇನೆ

ಯಾರಿಗೂ ತಿಳಿಯದಂತೆ
ನೆಲದ ತಂಪಿನಲ್ಲಿ
ಅಡಗಬೇಕೆನಿಸುತ್ತದೆ

32

ಕರಿಬೆಕ್ಕಾಗುತ್ತಾಳೆ ಮತ್ತೆ

ಒಂದು ಸುದೀರ್ಘ ಸಂಭಾಷಣೆಯ
ಕೊನೆಯ ಹಂತದಲ್ಲಿ
ಕದನಕ್ಕೆ ತಯಾರಾದ ಕರಿಬೆಕ್ಕಿನಂತೆ
ಬೆನ್ನು ಉಬ್ಬಿಸಿ ಮೈ ಸೆಟೆದು
ಬಾಲದ ಚವುರಿ ಚಿಮ್ಮಿ
ಬುಸ್ ಎನ್ನುವ ಸದ್ದು ಎಬ್ಬಿಸುವಂತಹ
ಅವಳ ಆ ಅಪರೂಪದ ಅಸಹನೆಗಾಗಿ
ಪ್ರತಿ ಸಂಜೆಯಲ್ಲೂ ಕಾಯುತ್ತಾನೆ ಅವನು

ವಂಚನೆ ನಂಬಿಕೆ ದ್ರೋಹದ ಅಪಾದನೆ ಅಂಟಿಸಿ
ವಕ್ರತುಂಡೋಕ್ತಿಗಳಲ್ಲಿ
ವಿಜೃಂಭಿಸುತ್ತಿರುವ ಅವಳೆದುರು
ತಲೆಬಾಗಬಾರದೆಂಬ ದ್ವಂದ್ವಕ್ಕೆ ಬಿದ್ದು
ದನಿಯೇರಿಸಿ ತಾನೂ
ವ್ಯಂಗ್ಯದಲ್ಲಿ ಸಣ್ಣಗೆ ಹಂಗಿಸಿ
ಇಂದಿಗೆ ಎಲ್ಲ ಮುಗಿಸಿಕೊಳ್ಳಲು
ಹಂಬಲಿಸಿದವನ ಎದೆಯೊಳಗೆ
ಸಣ್ಣದೊಂದು ಗೊಂದಲ

ಮುಗಿವ ಮುನ್ನ ಗಡಸು ಧ್ವನಿ ಮಾಡಿ
'ಸರಿ ಇಡಲೆ'
ಎನ್ನುವ ಪ್ರಶ್ನೆಗೆ ಬರುವ ಉತ್ತರಕ್ಕಾಗಿ
ಬೆರಳ ತುದಿಯಲ್ಲಿ ನಿಂತು ಕಾಯುತ್ತಾನೆ
ಬಡಪಾಯಿ ಪ್ರೇಮಿ
ಬಿಕ್ಕಿದ ಸದ್ದು!

ಸುತ್ತೂ ನೋಡುತ್ತಾನೆ
ಜಗದ ಸಚರಾಚರಗಳೂ
ಅವಳ ನೋಯಿಸಿದ್ದಕ್ಕೆ
ಕಡುರೋಷಗೊಂಡು ಕಿಡಿ
ಸುರಿಸಿದಂತೆನಿಸಿ ಕಂಗಾಲು ತಾನು

ಸಕಲ ದಿಕ್ಕುಗಳಿಂದಲೂ ಬೀಸುತ್ತದೆ
ಒಮ್ಮೆಗೆ ಒಲವ ಬಿರುಗಾಳಿ
ಮೂರೂ ದಿಕ್ಕಿನ ಮುಗಿಲು ಕೂಡಿ
ನೆತ್ತಿಗೇರುತ್ತದೆ ಪ್ರೇಮ
ತುಟಿಯ ತಂಪು ಹೆಚ್ಚಿ
ಎದೆಯ ಕಾವು ಚುಚ್ಚಿ
ಥಣಕ್ಕನೊಂದು ಕೋಲ್ಮಿಂಚು ಮಿಂಚಿ
ಮೆದು ಮಾತಿನಂತೆ ಗುಡುಗು
'ನನ್ನ ಹಮ್ಮು ಕಾಯುವ ನೆರಳು ನೀನು
ನಿನ್ನ ಬಿಟ್ಟು ಉಸಿರಬಹುದೆ ನಾನು'

ಸುರಿಯುತ್ತಿದೆ ಹದವಾದ ಮಳೆ
ಕರಿಬೆಕ್ಕಾಗುತ್ತಾಳೆ ಅವಳು ಮತ್ತೆ ನಾಳೆ

33

ಲವಂಗದ ಗಿಡ

ಭೆಟ್ಟಿಯಾದಾಗಿನಿಂದಲೂ
ಅವಳು ಬಿಕ್ಕುತ್ತಲೇ ಇದ್ದಳು
ಕಟ್ಟಿಕೊಂಡವನ
ಉತ್ತರಕುಮಾರ ಶೌರ್ಯ ಕ್ರೌರ್ಯ
ಏನಾಯಿತು ಎಂದರೆ
ಹೇಳಲಿಕ್ಕೆ ಕಷ್ಟವೆಂಬುದೇ ಇಲ್ಲ
ಒಂದಿಷ್ಟು ಹೊಂದಾಣಿಕೆ
ಮಾಡು
ಎಂದರೆ ಮತ್ತೆ ಮೊದಲಿಂದ ದುಃಖ

ಹೋಗಲಿ
ಎರಡು ಲವಂಗದ ಸಸಿ ನೆಡು
ಎಂದೆ
ಮತ್ತು ಬಿಡದೆ ಗೊಬ್ಬರ ನೀರೂಡು
ಮೂರು ವರ್ಷ ಮುಗಿಯುವ ಮೊದಲೆ
ತುದಿಯಲ್ಲಿ ಮೊಗ್ಗು ಎದೆಯಲ್ಲಿ ಹಿಗ್ಗು
ಆಗ ದೇವರಲ್ಲಿ ಪ್ರೇಮ ಬೇಡಿಕೊ
ಮತ್ತು ನೀನೂ ಒಂದು ಲವಂಗದ
ಮರವೆಂದುಕೊ

ಎರಡು ಲವಂಗದ ಮರಗಳ ನಡುವೆ
ಮುಗಿಯದ ಗುಸುಪಿಸ ಮಾತು
ಅಲ್ಲಿಂದ ಹಾರಿದ ಚಿಟ್ಟೆಯ ಬಣ್ಣ
ಜಾರಿದ ರೆಕ್ಕೆಯ ಉದ್ದ
ಮುತ್ತಿದ ಮೊಗ್ಗಿನ ಲೆಕ್ಕ
ಫಲಗೂಡಿದ ಸುಖ

ಬಿಕ್ಕುವುದು ಬಹುತೇಕ
ಕಮ್ಮಿಯಾಗಿದೆ ಈಗ
ಅವಳ ಹಿತ್ತಿಲಿನಲ್ಲಿ
ಮತ್ತೆರಡು ಲವಂಗದ ಸಸಿ
ಹೊಳೆಯುತ್ತಿವೆ
ಸುಖದಕಾಲದಲ್ಲೂ
ದೇವರನು ನೆನೆದು
ಲವಂಗದ ಗಿಡವಾಗಿಸು ಜಗವ
ಎಂದು ಬೇಡುತ್ತಿದ್ದಾಳೆ ಗೆಳತಿಯೀಗ

(ಲವಂಗದ ಗಿಡಗಳನ್ನು ಜೋಡಿಯಾಗೇ ನೆಡಬೇಕೆಂಬ ಪ್ರತೀತಿ)

34

ಆಡಬೇಡಿ

ಸುರಿವ ಮಳೆಯನ್ನು ಬೆಳೆಯೆನ್ನುವೆ
ಅಲ್ಲವೆನ್ನಬೇಡಿ
ಹರಿವ ನದಿಯನ್ನು ಜೀವವೆನ್ನುವೆ
ನಗೆಯಾಡಬೇಡಿ
ಮಣ್ಣನ್ನು ಮಗುವೆನ್ನುವೆ
ದಯಮಾಡಿ ತೆಗಳಬೇಡಿ

ಒಂದು ಮನೆಯನ್ನು ಸೆರೆಯೆನ್ನುವೆ
ಮೂದಲಿಸಬೇಡಿ
ಬೇಲಿಯನ್ನು ಕದವೆನ್ನುವೆ
ಅಗುಳಿ ಹುಡುಕಬೇಡಿ
ಒಂದು ಬಯಲನ್ನು ನಾನೆನ್ನುವೆ
ದಯಮಾಡಿ ನೆರಳಲ್ಲಿ
ಹರೆಯ ಅರಸಬೇಡಿ

ಒಂದು ಎಲೆಯನ್ನು ಎಲೆಯೆನ್ನುವೆ
ಸುಮ್ಮನಿದ್ದುಬಿಡಿ
ದಳವನ್ನು ದಳವೆನ್ನುವೆ
ಹೌದೆಂದುಬಿಡಿ
ಒಂದು ಪರಿಮಳವನ್ನು
ಪ್ರೇಮವೆನ್ನುವೆ
ದಯಮಾಡಿ ರೋಷ ತೋರಬೇಡಿ

ಸುಡುವ ಈ ಹಗಲನ್ನು ಗತಿಯೆನ್ನುವೆ
ಹುಸಿಯೆನ್ನಬೇಡಿ
ಬರುವ ಕತ್ತಲನು ಹುಟ್ಟೆನ್ನುವೆ

ಮುಟ್ಟುಗಳ ಲೆಕ್ಕ ಕೊಡಬೇಡಿ
ಒಡೆದ ಹೃದಯದ ಎದಿರು
ಕಡುಬೇಸಿಗೆ ಕೊರೆಯೆನ್ನುವೆ
ದಯಮಾಡಿ ಉಪ್ಪುನೀರಿನ
ಕಪ್ಪ ಕೇಳಬೇಡಿ
...

ಮುಷ್ಟಿ ನಿಷ್ಠೆ ಅವನಿಗೆ
ಅರೆಪಾವು ನಂಬಿಕೆ ನನಗೆ
ಕೊಟ್ಟು ಕರುಣಿಸು
ಪ್ರಭುವೆ
ಸೃಷ್ಟಿ ಅಕ್ಷಯವಾಗುತ್ತದೆ

35

ಲಿಬಿಡೊ ಬಿಡುವುದಿಲ್ಲ

'ಅವಳೇ'ಎಂದಂತಾಯಿತು
ತಿರುಗಿ ನೋಡಿದೆ
ಸರಬರ ಸಿಂಧೂರ
ಕಿಂಕಿಣಿ ಕಾಲುಂಗುರ
ಗಜಿಬಿಜಿ
ಯಥಾಪಾಡು ಗೌಜು

ಭ್ರಮೆಯೆಂದುಕೊಂಡು
ಹೆಜ್ಜೆ ಮುಂದಿಟ್ಟೆ,
ಹಿಂಬಾಲಿಸಿತು
ಕೊಂಕಿನಲಿ ನಕ್ಕ ಸದ್ದು
ತಿರುಗದೆ ಅರಿವಾಯ್ತು
ಅದು ಪರಂಪರೆಯದ್ದು
ಕಡ ಪಡೆದ ನಡೆ
ನಸುನಕ್ಕು ಮುನ್ನಡೆದೆ

ನನ್ನ ಕವಿತೆಗಳ ಓದಿ
ಸದ್ ಗ್ರಹ ಸ್ತರು
ಮೂಗು ಮುಚ್ಚಿದರು
ಮ
ಡಿವಂತರು
ಬಟ್ಟೆ ತುದಿ ಹಿಡಿದು
ಪದ್ಯ ಮುಟ್ಟಿದರು
ಗೂಢಚಾರಿಕೆ ಹದ್ದುಗಣ್ಣು
ಸಿಂಹಾವಲೋಕನ
ಎಲ್ಲವೂ ನಡೆಯಿತು

ವಿಳಾಸ ಕೇಳಿದರು;
ಆಮಿಷ ತೋರಿ
ಗಂಟಲಿರಲಿ
ಹೊಟ್ಟೆಯವರೆಗೂ ಬಗೆಬಗೆ ಬಗೆದು
ಹೆಸರು ಹುಡುಕಿದರು
ಮೊದಲಕ್ಷರವೂ ದೊರೆಯದ
ನಿರಾಸೆ ನೀಗಲು
ಹೇಷಾರವದಲಿ
ಎಂದೋ ಹೊಸಿಲ ದಾಟಿದವಳ
ಕತೆಯ ಉಪಮಿಸಿ
ತೊಟ್ಟಿಕ್ಕುವ ನಾಲಿಗೆಯಲಿ
ವಿಷಯ ಚಪ್ಪರಿಸಿ ಮೆದ್ದರು

ಕವಿತೆಯೊಳಗೇ ಮೋಹಿಸಿದವನ
ಒಂದೇ ಒಂದು
ಕಣ್ಣ ಮಿಂಚಿಗಾಗಿ
ಕಾದು ದೊರಗಾದವಳು
ನಾನು
ವಿರಹದ ಕೊರಗಿಗೆ
ಕುದಿಬಂದು
ತೇಲಿದವು ಮತ್ತೂ ಪದ್ಯ
ಬಿಸಿಯಾರಿಸಿ ಪುಟ
ತೆರೆದರೆ ನನಗೂ ಬೆರಗು
ಸುಖದ ಚಿತ್ರಕಗಳಿಗೆ
ಬಣ್ಣ ತುಂಬಿದನೆ
ವಿಧಿಯೆಂಬ ಅನಾಮಧೇಯ?

ಒಳಗಿನಸೂಯೆ
ಕಣ್ಣ ಕೊನೆಯಲ್ಲಿ
ಇಣುಕುವ ಭಯಕ್ಕೆ
ಗಪ್ಪನೆ ನಕ್ಕವರು

ಮಬ್ಬು ಬೆಳಕಿನಲಿ
ಕದ್ದು ಕಾಮದಹನ ಓದಿ
ರತಿಗೆ ಹೊಸಗಂಡನಾಗುವ
ಕನಸ ಕಂಡರಂತೆ.
ಅವರ
ನೀರವದ ನೀರೆಯರು
ನಡುರಾತ್ರಿ
ಸದ್ದು ಮಾಡದೆ ಪುಟ ತಿರುವಿ
ನಿಟ್ಟುಸಿರನಿಟ್ಟರಂತೆ

ಓ ಮಡಿಬಟ್ಟೆಯವರೆ...
ಮುಂದೊಗಲು ಸರಿಯದೇ
ಮೊನ್ನೆ ಕೂಡಿದ್ದೂ
ಸರಿಯಾಗಲಿಲ್ಲವೆಂದು
ನನ್ನ ಕವಿತೆ ಮೆಚ್ಚಿ ಬಿಡುಬೀಸು
ಕಣ್ಣು ಹೊಡೆಯುವ ನಿಮ್ಮ
ಗೆಳತಿ ಹೇಳಿದಳು.
ಹೋಗಲಿ ಬಿಡಿ
ಲಿಬಿಡೊ ಬಿಡುವುದಿಲ್ಲ
ಪ್ರಯತ್ನ ಬಿಡಬೇಡಿ
ಮನೆಯಲ್ಲಿ ಮಡದಿ ಮಕ್ಕಳು
ಸೌಖ್ಯವೇ?

36

ಕಾರಣವಿಲ್ಲದೆ

ಅವಳ ಹಾಡುಗಳು ಉರಿದುಹೋಗುತ್ತವೆ
ಕಾರಣವಿಲ್ಲದೆ
ಅವಳ ಕಣ್ಣಬೆಳಕು ತಣ್ಣಗಾಗುತ್ತದೆ
ಕಾರಣವಿಲ್ಲದೆ
ನಡುಮಧ್ಯೆ ಎಳೆಕಿರಣದ ತಡೆಗೋಡೆ
ಬೇಕೆಂದು ಬಯಸಿದವಳು
ಅಡಿಪಾಯವೇ ಕುಸಿಯುತ್ತಿದೆ
ಕಾರಣವಿಲ್ಲದೆ
ಎಲ್ಲಾ ಹೂ ಬಟ್ಟಲುಗಳಲ್ಲು
ಮಕರಂದವಿರುತ್ತದೆ
ಬಾಳು ಮುಗಿಯುತ್ತದೆ ದುಂಬಿ ಬಾರದೆ
ಕಾರಣವಿಲ್ಲದೆ
ಯಾರ ಸಲುವಾದ ನೋವು ಯಾವ ದಿಕ್ಕು
ಯಾಕೆ ತೊರೆಯುತ್ತವೆ ಸಾಲು
ಕಲಿತ ಪಾಠಗಳ ಮರೆಸುತ್ತದೆ ಕಾಲ
ಕಾರಣವಿಲ್ಲದೆ
ಅನುರಣಿಸದ ನಾದ ಒಲವು ಪ್ರಮಾದ
ಹಾಲು ಬಟ್ಟಲಲ್ಲಿ ಹಾಲಾಹಲವಿರುತ್ತದೆ
ಕಾರಣವಿಲ್ಲದೆ

...
ನಾವು ಮರಳುತ್ತೇವೆ
ನೀವು ಮರೆಯುತ್ತೀರಿ
ನಾವು ಪಠಿಸುತ್ತೇವೆ
ನೀವು ನಟಿಸುತ್ತೀರಿ
ನಾವು ಭರಿಸುತ್ತೇವೆ
ನೀವು ಕೊಸರುತ್ತೀರಿ

ಧಿಕ್ಕರಿಸಿದಾಗೆಲ್ಲ
ಸತ್ಕರಿಸಬೇಕೆನ್ನುವುದನೂ
ಬೋಧಿಸಲಾಗಿದೆ
ನಮಗೆ

ಬಡ ಪ್ರೇಯಸಿಯರ
ಎದೆಕನಲುಗಳ ಒಯ್ದು
ಆತ್ಮದ ಆವರಿಸುವಿಕೆ
ಎಂದೆಲ್ಲ ಪದವಾಡಿ
ಕವಿತೆ ಶೋಷಿಸುವುದನು
ನಾನೊಲ್ಲೆ

ಕ್ಷಮಿಸಿ

37

ರಾಕ್ಷಸ ಬಳ್ಳಿ

ನಮ್ಮ ನಡುವಿನ
ಉದ್ದಾನುದ್ದ ಕದನ
ಮುಗಿದ ಮೇಲೆ
ಇಬ್ಬರ ಹೃದಯಗಳ ಬಳಸಿ
ಒಂದು ಬಳ್ಳಿ ಬೆಳೆಯುತ್ತದೆ

ಘಳಿಗೆಯಲ್ಲಿ ಮೊಳ ಮುಂದಕ್ಕೆ
ಬೆಳೆಯುವ ರಾಕ್ಷಸ ಬಳ್ಳಿ.
ಇಬ್ಬರೂ ಕೂಡಿಯೇ ಬಿತ್ತಿದ್ದು,
ತುಸು ಹೊತ್ತಿಗೆ ಮುಂಚೆ
ಗೊಬ್ಬರ ಹಾಕಿದ್ದು.
ಹಬ್ಬಿ ಬೆಳೆಯುತ್ತಿರುವ ವೇಗಕ್ಕೆ
ಉಬ್ಬಸ ನಮಗೆ.

ಬೇರು ಕಿತ್ತರೆ
ಬಿಗಿ ಸಡಿಲಾಗಬಹುದು
ಚಿಗುರು ಮುರಿದರೆ?
ಆಳಕ್ಕೆ ಇಳಿದಿದೆ ತಾಯಿಬೇರು
ಮಳೆಯಾಗದ ಹೊರತು
ಕೀಳಲಾಗದು

ಇಬ್ಬರೂ ಕೂತು
ಪರ್ಜನ್ಯ ಮಂತ್ರ ಓದಬೇಕಿತ್ತು
ಪರಚಿಕೊಳ್ಳುವುದೇ ಹಿತವಾದವರು ನಾವು
ಆಳಕ್ಕೆ ಇಳಿದಂತೆ ಬೇರು

ಚಿಗುರು ಸುತ್ತು ಮೂಲೋಕಕ್ಕೂ
ಹಬ್ಬಿ ಹಬ್ಬಿ ಹಬ್ಬಿ ತಬ್ಬಿಬ್ಬು.

ಉಸಿರುಗಟ್ಟುವುದು
ಮತ್ತು ಒಂದೇ ಬಳ್ಳಿಯ
ಬಿಗಿತಕ್ಕೆ ಸಿಲುಕಿ
ನಿಧನಿಧಾನವಾಗಿ ವಿಧವಿಧಾನವಾಗಿ
ಸಾಯುವುದೂ
ಹೊಸಬಗೆಯ ಅಮಲು!

38

ಪ್ರಭುವೇ

ಪ್ರಭುವೇ
ನನ್ನನ್ನು ಒಂದು ಪ್ರೇಮದಲ್ಲಿ ತೋಯಿಸು
ಮತ್ತು
ಹೊಸತೊಂದು ಪರಿಚಯವ ಕರುಣಿಸು

ಪ್ರಭುವೆ
ನನ್ನನ್ನು ಒಂದು ಪ್ರೇಮದಲ್ಲಿ ಹರಿಯಿಸು
ಮತ್ತು
ಬಲುಬೇಗ ಬೇಸರ ಹುಟ್ಟಿಸು

ಪ್ರಭುವೆ
ನನ್ನನ್ನು ಒಂದು ಪ್ರೇಮದಲ್ಲಿ ಬೆಳಗಿಸು
ಮತ್ತು
ಬೆನ್ನು ತಿರುಗಿಸಿ ನಡೆಯುವುದನು ಕಲಿಸು

ಪ್ರಭುವೆ
ನನ್ನನ್ನು ಒಂದು ಪ್ರೇಮದಲ್ಲಿ ಮುಳುಗಿಸು
ಮತ್ತು
ಪದ್ಯದಲ್ಲಿ ಅವನ ಪದಗಳ ಇಂಗಿಸು
...
ನಮ್ಮ ಭೆಟ್ಟಿಗಳನ್ನು
ವಿಧಿ
ಮುಂದೂಡುತ್ತಲೇ
ಇರಲಿ
ಒಂದು ಮುಗುಳಿಗಿಂತ
ಮುಂದಕ್ಕೆ
ಪರಿಚಿತರಾಗುವುದು
ಬೇಡ

39

ಚಾಹಾ ಮಾಡುವುದೆಂದರೆ

ದಪ್ಪ ಚಹಾದಲ್ಲಿ ನನಗಂತಹ
ಆಸಕ್ತಿ ಇಲ್ಲ.
ಅರ್ಧ ಗ್ಲಾಸು ನೀರಿಗೆ ಒಂದು ಚಮಚೆ ಸೊಪ್ಪು
ಮೇಲೆ
ಒಂದು ಕಾಳು ಏಲಕ್ಕಿ ಒಂದು ಕಾಳು ಮೆಣಸು
ಶುಂಠಿಯ ಒಂದೆಸಳು
ಹೊಸರುಚಿಯ ಉಮೇದಿದ್ದಾಗ
ಒಂದು ಮಸಾಲೆ ಎಲೆಯನ್ನು
ಜೊತೆಗಿಟ್ಟು ಕುಟ್ಟಿ ಕಾಯಿಸಬೇಕು ಕಾಯಬೇಕು
ಒಂದು ಗುಳ್ಳೆ ಒಡೆದು
ಮತ್ತೊಂದು ಎದ್ದು ಮೂರನೆಯದ್ದು
ಮುಗಿಯುವ ಮುನ್ನ
ಅಷ್ಟೇ ಪ್ರಮಾಣದ ಹಾಲು ಸುರಿದು
ಉರಿ ಏರಿಸಿ
ಉರಿ ತಗ್ಗಿಸಬೇಕು
ಎಲ್ಲಿ ಏರಿಸಬೇಕು ಮತ್ತು ಯಾವಾಗ
ತಗ್ಗಿಸಬೇಕು ಎನ್ನುವುದರಲ್ಲೇ
ಚಹಾದ ಸ್ವಾದ ಅಡಗುತ್ತದೆ

ನನ್ನ ಪ್ರಕಾರ
ಒಂದು ಸರಿಯಾದ ಚಹಾ
ಆಗಬೇಕೆಂದರೆ
ನೀರು ಚಾಸೊಪ್ಪು ಹಾಲು ಮತ್ತು ಉರಿ
ಹದವಿರಬೇಕು
ಮುಖ್ಯ

ಹದಕ್ಕೆ ಬರಬೇಕೆಂದರೆ
ನಿಗದಿಯವರೆಗೂ ಕುದಿಯಬೇಕು

ನಮ್ಮ ನಡುವೆ ಮಾತು ನಿಂತು
ವಾರ ಕಳೆದಿದೆ
ಕೊನೆಯ
ಮಾತಿನ ಒಡಕನ್ನು ಸುಡು ಚಹಾಕ್ಕೆ
ಅದ್ದಿ ಅದ್ದಿ ಆಸ್ವಾದಿಸುತ್ತ
ಎಷ್ಟು ಕಾಲದ ಮೌನದಿಂದ ಪ್ರೇಮ ಹದಕ್ಕೆ
ಬರಬಹುದೆಂದು ಯೋಚಿಸುತ್ತಿದ್ದೇನೆ.

40

ಒಂದಾನೊಂದು ಕಾಲಕ್ಕೆ

ಒಂದಾನೊಂದು ಕಾಲಕ್ಕೆ ನಮ್ಮವರು
ಕಡಲನ್ನು ಇಂಗಿಸುವರು
ತೇವ ಆರಿದ ಹೊಯಿಗೆಯನ್ನು
ಶುದ್ಧ ಆಲ್ಕೋಹಾಲಿನಲ್ಲಿ ತೊಳೆದು
ಹಾರುಬೂದಿ ಬೆರೆಸಿ
ತೊಟ್ಟಿ ಕಟ್ಟಿ
ಆಮದು ಮಾಡಿಕೊಂಡ
ಮೀನು ಮರಿಗಳನ್ನು
ಖರೀದಿಸಿದ ನೀರು ಸುರಿದು ಬೆಳೆಸುವರು
ನಡುನಡುವೆ ಮುತ್ತಿನ ಹುಳಗಳೂ
ಕೃಷಿಯಲ್ಲಿ ಸೇರಿಕೊಂಡವು

ಒಂದಾನೊಂದು ಕಾಲಕ್ಕೆ
ನಮ್ಮವರು ಬಾನನ್ನು
ಬೈರಿಗೆಯಲ್ಲಿ ಕೊರೆದು
ಉದ್ದಾನುದ್ದ ಬಡಿಗೆ ಸಿಕ್ಕಿಸಿ
ನಟ್ಟುಬೋಲ್ಟು ಇಟ್ಟು
ಹಗಲಿರುಳೂ ಶೋಧಿಸಿ ತಯಾರಿಸಿದ
ಮಣ್ಣಿನಿಂದ ಮುಗಿಲಿಗೆ ಹಬ್ಬುವ
ಒಂದು
ಕ್ಷುದ್ರ ಗ್ರಹ ಗಾತ್ರದ ಕುಂಬಳ ಬೆಳೆಯುವರು
ಸೂರ್ಯನನ್ನು ಮರೆಮಾಡುವುದಕ್ಕೆ
ಫಾರ್ಮುಲಾ ಜೋಡಿಸುವರು
ನಡುನಡುವೆ ಮೊಲ್ಲೆಬಳ್ಳಿಗಳೂ
ಮೊಗ್ಗರಳಿಸಿದವು

ಒಂದಾನೊಂದು ಕಾಲಕ್ಕೆ
ನಮ್ಮವರು ನೆಲದ ಮೇಲಿನ
ಇಷ್ಟೆತ್ತರದ ವಾತಾವರಣವ
ಸೋಸಿ ತೆಗೆದು
ನಿರ್ವಾತ ಮಾಡಿ
ಉಸಿರು ಯಂತ್ರಗಳ ಬೆನ್ನ ಮೇಲೆ ಹೊತ್ತು
ಮೂಗಿಗೆ ಡಿಸ್ಪೆನರ್ ಕೊಳವೆ ಧರಿಸಿ
ಸೃಷ್ಟಿಯ 'ಮಹಾಸ್ಫೋಟ'ದ ರಹಸ್ಯ ಬೇಧಿಸುವರು
ಯುರೇಕಾ ಯುರೇಕಾ
ಎಂದು ಉದ್ಘರಿಸುವಾಗಲೆ
ಹೊರ ಗೋಡೆಯ ಮೇಲೊಂದು
ಬೀಜ ನಡುಗಿ ಥಣಾರನೆ
ಮೊಳಕೆಯೊಡೆಯುವುದು

ಒಂದಾನೊಂದು ಕಾಲಕ್ಕೆ
ನಮ್ಮವರು
ಅಗುಳಿನ ಮೂರನೇ ಒಂದು ಭಾಗದಷ್ಟು
ಅನ್ನ ಉಣ್ಣುವರು
ಎರಡು ಆಮ್ಲಜನಕ ಒಂದು ಜಲಜನಕದ
ಅಣುಗಳನ್ನು ಬಟ್ಟಲಲ್ಲಿ ಬೆರೆಸಿ
ನಾಲಿಗೆ ತುದಿಯಲ್ಲಿಟ್ಟು ಒಮ್ಮೆಗೆ ಬೆರಗಾಗುವರು
ಬೆನ್ನಮೂಳೆಯ
ಮೇಲಿಂದ ಗಾಳಿಯಂತ್ರ ಇಳಿಸಿ
ಉಸಿರ ನಳಿಕೆ ಬಿಡಿಸಿ
ಒಂದು ಔನ್ಸು ಹೊರಗಾಳಿ ಅಕಸ್ಮಾತ್
ಒಳಹೋಗಿ ನೆತ್ತಿಹತ್ತಿ
ಕಣ್ಣಣ್ ಬಿಡುವರು
ಫಾರ್ಮುಲದ ಪರದೆಯಿಂದ ಪ್ರತಿಫಲನದ
ಬೆಳಕು ಒಳಗಿಳಿಯುವಾಗ ಸಿಡಿಸಿಡಿ ಮಾಡುವರು.

ಹಣ್ಣುಹಣ್ಣು ಅಜ್ಜ ಬ್ರಹ್ಮ
ಮೆಲ್ಲಗೆದ್ದು ನೋಡುತ್ತಾನೆ ಆಗ!

ಕನ್ನಡಿ ನೋಡುತ್ತಾ
ಬೈತಲೆಯ ಬೆಳ್ಳಿಗೂದಲು
ಕೀಳುತ್ತಿದ್ದ ಮಡದಿಯನ್ನೊಮ್ಮೆ
ತಬ್ಬಿ ಮುದ್ದಿಸಿ
ಈಗ ಬರುವೆ ಎಂದು ಹೇಳಿ
ಮಸೆದ ಉಳಿ ಹಿಡಿದು ಹೊರಡುತ್ತಾನೆ
ಮೂಡುತ್ತಿರುವ ಗರ್ಭದ ಶಿಶು
ವಿನ
ರೂಪ ಬದಲಿಸಿದರಷ್ಟೇ ಸಾಕು
ಉಳಿದದ್ದು ಅವನಿಗೆ
ಚಿಟಿಕೆ ಹೊಡೆದಷ್ಟೇ ಸಲೀಸು

41

ಬೀಜಗಣಿತ

ಮೆಚ್ಚಿ ಖರೀದಿಸಿದ ಸೀರೆಯಲ್ಲಿ
ತುಸು ಹೆಚ್ಚೇ ನಡು ಕಾಣಬಹುದು
ಹೊಲೆಸಿದ ಹೊಸಮಾದರಿ
ಕುಪ್ಪಸ ಕರಾರುವಾಕ್ಕು ಕಂಪಾಸು
ತೆರೆಯಬಹುದು
ತೊಡುವ ಜೀನ್ಸು
ತೋರುವ ಅಡಿ ತೊಡೆಗಳು
ತೋರವೋ ಸಪೂರವೋ
ಅಳತೆ ಹೇಳಬಹುದು

ಬಹುತೇಕ ಸಲ್ವಾರಿಗೆ
ದುಪ್ಪಟ್ಟಾ ಮರೆಯುತ್ತೇವೆ
ಟಾಪಿಗೆ ಸ್ಟೋಲು ಸುತ್ತುವುದನ್ನು
ಕೈಬಿಡುತ್ತೇವೆ

ಇಂತಿಪ್ಪ ನಮ್ಮ
ಉಡುಗೆ ತೊಡುಗೆ
ನಮ್ಮ ನಮ್ಮ
ವ್ಯಾಸ ತ್ರಿಜ್ಯ ತ್ರಿಕೋನ
ಆಯತ ಚೌಕ ಸರಳ ರೇಖೆಗಳ
ಸ್ಪಷ್ಟ ಲೆಕ್ಕಾಚಾರ ತೋರುತ್ತದೆ.
ಆಗೆಲ್ಲಾ
ಬೀಜಗಣಿತದಲ್ಲಿ ಬಹುಜಾಣರಾದ
ಲೋಕದ ಕಾಮುರುಷರಿಗೆ
ಅತ್ಯಾಚಾರದ ಹೊಸ
ಹುರುಪು ಮೂಡುತ್ತದೆ

ಇಂತಿಂಥ
ಉಡುಪುಧಾರಿಣಿಯರೆಲ್ಲರು
ಮೌನವಾಗಿರಿ ಈಗ
ನ್ಯಾಯೋನ್ಮಾದಿಗಳು
ತೀರ್ಪು ಬರೆಯುತ್ತಿದ್ದಾರೆ
ತಮ್ಮ ತಮ್ಮ
ಗೋಡೆಗಳ ಮೇಲೆ

‘ಗಾಯ ಒಣಗಲು ಗಾಳಿಗೆ
ಹರವಿ ಕೂರಬಾರದು ಹಾಗೆ
ಒಳಗೊಂದು ಭದ್ರ ಚಡ್ಡಿ
ತೊಡಬೇಕು
ಉದ್ದ ನಿಲುವಂಗಿ
ಉಡಬೇಕು
ಎಚ್ಚರಿಕೆ ಹೆಂಗಸರೇ
ನಿಮ್ಮ ನಿಮ್ಮ ಅತ್ಯಾಚಾರಕ್ಕೆ
ನೀವು ನೀವೇ ಹೊಣೆಗಾರರು’

42

ನಾವು

ಅಲ್ಲೇ
ತಳದ ಮಣ್ಣಿನಲ್ಲಿ
ಮೇಲಿನ ಸೂರ್ಯನಲ್ಲಿ
ದೂರದ ಕಡಲಿನಲ್ಲಿ ಅಡಗಿವೆ
ಈ ಮರದ
ಮೊಗ್ಗು ಹೂವೂ ಕಾಯಿ ಹಣ್ಣು ಹಸಿವು
ಬರುವ ಚಿಟ್ಟೆ ಕೂರುವ ಹಕ್ಕಿ
ಅಳುವ ಕೂಸು ಅಡಗುವ ಹುಳು
ಹರಿವ ಹಾವು ಗಂಧ ರಂಗು ಚಂದ
ಸುತ್ತಿನ ಲೋಕ ಶೋಕ ಸುಖ

ಎಲೆ
ನೋಡುತ್ತಾ
ಹೂವು ಕಾಯುವ ನಾವು
ಮಣ್ಣೆಂದರೆ ಸಾವೆಂದು
ಕಾವೆಂದರೆ ಬರೀ ಬೆವರೆಂದೂ
ಕಡಲೆಂದರೆ ಮೂರು ಪಾಲೆಂದು
ಗೊಣಗುವೆವು

43

ಉತ್ಪಾತ

ಪ್ರಿಯ
ಇನಿಯ
ನನ್ನ ಲೋಕದಲ್ಲಿ ಇತ್ತೀಚೆಗೆ
ನಿತ್ಯ ಉತ್ಪಾತಗಳು
ಆಗಾಗ ಬೆಂಕಿಮಳೆ ಸುರಿಯುತ್ತದೆ
ಬಿರುಗಾಳಿ ಮೊರೆಯುತ್ತದೆ
ಸತ್ತೇ ಹೋಗಿದೆಯೆನ್ನುವ ಅಗ್ನಿಪರ್ವತ
ಮತ್ತೆಮತ್ತೆ ಭುಸುಗುಟ್ಟಿ ಬಸಿಯುತ್ತಿದೆ
ಕಡಲು ಮನೆಬಾಗಿಲಿಗೇ ಬಂದಿತ್ತು ಮೊನ್ನೆ
ಉಕ್ಕೇರಿದ್ದವು ನದನದಿಗಳು
ಹೊತ್ತು ತಂದಿದ್ದವು ಹಾವು ಮೊಸಳೆ
ಚೂರಿ ಹಲ್ಲಿನ ಮೀನು

ಇನ್ನೇನು ಎಲ್ಲ ಮುಗಿದು
ತಿಳಿಯಾಗಿದೆ ಎಂದು
ಹೊರ ಜಗುಲಿಯಲ್ಲಿ
ಕುಳಿತು ಬೆಳಗಿಗೆ ಕಣ್ಣರಳಿಸಿದ
ಹೊತ್ತಿನಲ್ಲೇ
ಎಲ್ಲಿದ್ದವೋ ಏನೋ
ಕಾವಳದ ಮುಗಿಲುಗಳು
ಕೊರೆವ ಮಂಜುಗಡ್ಡೆಗಳ
ತುಂಬಿಕೊಂಡು ಅಂಗಳಕೆ ಬಂದಿಳಿದವು

ಗಡಗಡ ನಡುಗಿ ಒಳಗಿನೊಳಗಿನ
ಒಳಕೋಣೆಗೆ ತೊಡರುಗಾಲಿನಲಿ

ಓಡಿ ಬಿಸಿನೀರು ಕಾಸಿ
ಬಿಸಿಕಂಬನಿಯ ಕಮೀಝಿನ
ತುದಿಗೊರಸಿ
ಮುಂದೇನು ಎಂಬಲ್ಲಿಗೆ
ಧಿಡೀರನೆ ನಿನ್ನ ಪಿಸುಮಾತು
ಹಸಿ ಮುತ್ತು ನೆನಪಾಗಿ

ಇತ್ತ ಅಭಯದ ಕನವರಿಕೆಯಲ್ಲಿ
ನಿರಾಳದ ನಿಟ್ಟುಸಿರೊಂದು
ಹೊರಬಿದ್ದು ಸುತ್ತು ನೋಡಿ
ಬಸ್ಸು ಹತ್ತಿದೆ
ಎಚ್ಚರಿಕೆಯಿಂದ ನಕಾಬು ಸುತ್ತಿದ್ದೆ
ಅಕಾರಣ ಪ್ರಿಯವೆನಿಸಿತ್ತು ನನ್ನ
ಈ ಹೊಸ ಧಿರಿಸು.

ಪ್ರಿಯ
ನನ್ನಿನಿಯ...

ನಿನ್ನೂರು ಎಷ್ಟೊಂದು ಪ್ರಸನ್ನ
ಚಿಲಿಗುಟ್ಟಿದೆ ಬೆಳಗು
ಹೊಳೆವ ಮುಗಿಲು ತಿಳಿ ಗಾಳಿ
ಮರದ ತುಂಬು ಮೊಗ್ಗೆ
ಬೀದಿಬೀದಿಯೂ ಪರಿಮಳ;
ಠೀವಿ ಬಹಳ
ಎಲ್ಲವೂ ಹದ...
ತೆರೆದೇ ಇದ್ದ ಹೊರಬಾಗಿಲು ದಾಟಿ
ಒಳಗಡಿಯಿಟ್ಟು
ಹೊತ್ತಿದ್ದು ಬದಿಗಿಟ್ಟು
ಒಳ ಕೋಣೆಯೊಳಬಂದೆ

ನಿನ್ನೆದೆಯ ಕನಸು ಇಡಿರಾತ್ರಿ
ಕಂಗೆಡಿಸಿತ್ತು ನನ್ನ

ತಬ್ಬಿ ಮಗ್ಗುಲಾಗಿದ್ದವನು ನೀನು
ಎಬ್ಬಿಸಲು
ಈ ತನಕ ಆಗಿಲ್ಲ ನೋಡು
...

ಕೆಲವು ವಿವರಗಳೇ ಹಾಗೇ
ಬರೆಯಲಾಗದು
ಮರೆಯಲಾಗದು

44

ಎಷ್ಟು ಚಂದದ ಸಾವು

ಆಗಿನ್ನೂ ಮುಗಿಲು
ಕೂಡಿರುವುದೇ ಇಲ್ಲ
ಥಣಾರನೇ ಕೋಲ್ಮಿಂಚು ಮಿಂಚಿ
ನೇರ ಹೃದಯಕ್ಕೆ
ಬಡಿಯುತ್ತದೆ ಸಿಡಿಲು

ಸಾವರಿಸಿಕೊಳ್ಳಲೂ
ಸಮಯ ಕೊಡದೆ
ಬವಳಿ ಬಂದು
ಇನ್ನೇನು ಬಿದ್ದೇ ಹೋದಂತೆ
ಭಾಸವಾಗುವಾಗ

ನನ್ನ ಬೆಳ್ಳನೆಯ ಮೊಗ ಇನ್ನೂ
ಕೆಂಪಗಾಗುತ್ತದೆ
ಕಣ್ಣು ಒಮ್ಮೆಗೆ
ಹೊಳೆದು ತುಂಬಿಕೊಳ್ಳುತ್ತವೆ

ತುಟಿ ಸಣ್ಣಗೆ ಕಂಪಿಸಿ
ಹುಬ್ಬು ಇಷ್ಟಿಷ್ಟೇ ಸಂಕುಚಿಸಿ
ಎಂದೋ ಮುತ್ತು
ಪಡೆದಿದ್ದ ಪುಟ್ಟ ಹಣೆಯ
ಮೇಲೆ ಬೆವರ ಹೂಬಳ್ಳಿ
ಹಬ್ಬುತ್ತದೆ

ಕೆನ್ನೆ ನೂರು ವೋಲ್ಟಿನ
ಬಲ್ಬಾಗಿ

ಜೀವದ ಕೋಶಕೋಶವೂ
ಖಿಲ್ಲನೆ ಝುಲ್ಲೆಂದು

ಹೆರಳಿನೊಂದೆಳೆಯನ್ನು
ಬೆರಳು ಹೆಣೆದೂ ಹೆಣೆದೂ
ಸುರುಳಿ ಬಿಡುತ್ತದೆ
ದಬ್ಬಿಕೊಂಡು ಬಂದ
ಉಸಿರು ಬೆಚ್ಚಗಿರುತ್ತದೆ

ಎಷ್ಟು ಚಂದದ ಸಾವು
ಮಾರಾಯ್ತಿ
ಇದು!!
ಹೀಗೆ
ಪ್ರೀತಿಯಲ್ಲಿ ಬೀಳುವುದು!!

45

ಬಿಡುವಾಗಿದ್ದರೆ

ಸೋತಿದ್ದೀಯಾ ನಿಜ
ಒಪ್ಪುವೆ, ಒಲವೂ ಸತ್ಯವೇ
ನಂಬಬಹುದು
ಹಳೆಯ ಪ್ರಣಯಗಳ ನೆನಪು
ಆಗಾಗ ನಡುವೆ ತರಬೇಡ ಹೀಗೆ
ಹಾಗಿದ್ದರೆ

ಅವಳ ಕಣ್ಣಿನ ರಾಗ ದೇಹದ ಓಘ
ಹೆಜ್ಜೆಗಳ ಸಂಗೀತ ನೋಡು
ಚಹಾಕ್ಕೆ ಎಷ್ಟು ಹಾಲು ಎಷ್ಟು ಬಿಸಿ
ಯಾವ ಬಸಿ ಆಯ್ಕೆಗಳ ಗಮನಿಸು

ಹೊದಿಕೆ ಹೊದಿಯುವ ಕಸರತ್ತು
ಸ್ಕರ್ಟು ತೊಡುವಾಗಿನ ನಾಜೂಕು
ಕಾಡಿಗೆ ಹಚ್ಚುವಾಗಿನ ಏಕಾಗ್ರತೆ
ರೋಮ ತೆಗೆಯುವಾಗಿನ ಸೋಮಾರಿತನ
ಗಳ ಹೋಲಿಸಿ ಮಾತಾಡಬೇಡ ಹಳೆಯದಕ್ಕೆ

ಮುಟ್ಟಿನ ದಿನಾಂಕ ಚಳಿಯಾಗುವ ಘಳಿಗೆ
ಬೇಕೆನ್ನುವ ಸ್ವರದ ಏರಿಳಿತ ಹಿಡಿದಿಟ್ಟಿರು
ತಳಮಳಿಸೊ ಸಂಗತಿ ತಲ್ಲಣಿಸುವ ಸಂಗೀತ
ತೇವಗೊಳ್ಳುವ ವೇಳೆ ಗೊತ್ತಿರಬೇಕಾದ ವಿಚಾರ
ಪ್ರೇಮಿಯಾದವನಿಗೆ

ಪ್ರೇಮದ ಜಮೀನಿಗೆ
ಕಲ್ಲು ನೆಟ್ಟು ಬೇಲಿ ಹಾಕಬಹುದು

ಒಂದ ಬೆಳೆಯಲ್ಲಿ ಬಾನ ಬೇಯಿಸಿ
ದಾಸೋಹ ಮಾಡಬಹುದು
ಉಂಡು ಉಳಿದಿದ್ದನ್ನು ನೀಡಿ
ಅಂದಿನ ದಾನವೆಂದು ಬೀಗಬಹುದು

ನಡುವಿರುವುದು ನಾಜೂಕು ಗಾಜು ಗೋಡೆ
ಗಟ್ಟಿ ನಿಟ್ಟುಸಿರಿದರೂ ಗೀರು ಗ್ಯಾರೆಂಟಿ
ಹಳೆಯ ಬೀಜಗಳು ಗಟ್ಟಿಯಿದ್ದು
ಬಿತ್ತನೆಗೆ ಯೋಗ್ಯವೆನಿಸಿದರೆ
ಮುಕ್ತನಾದ ಮೇಲೇ ಕದ ತಟ್ಟು

ಬಿಡುವಾಗಿದ್ದರೆ
ಕದ ತೆರೆದು ಒಳಕರೆಯುತ್ತೇನೆ

ಅಲ್ಲಿಯ ತನಕ
ಕವಿತೆಯ ಮುನ್ನೆಡೆಸುವ
ಒಂದು ನಂಬಿಕಸ್ಥ
ಮೊದಲ ಸಾಲಿಗಾಗಿ ಧ್ಯಾನಿಸುತ್ತ
ಸರದಿಯಲ್ಲಿ
ಪ್ರಶ್ನೆಗಳಿಗೆ ಉತ್ತರಿಸುತ್ತಿರುತ್ತೇನೆ

ವೀರಲೋಕದ ಪ್ರಕಟಣೆಗಳು

1. ಕೈ ಹಿಡಿದು ನೀ ನಡೆಸು ತಂದೆ-**ವಿಶ್ವೇಶ್ವರ ಭಟ್**....................250/-
2. ವಿಶ್ವಸುಂದರಿ-**ಕುಂ. ವೀರಭದ್ರಪ್ಪ**....................160/-
3. ನಿಮಗೆಷ್ಟು ಹಣ ಬೇಕು? -**ಅನಂತ ಹುದೆಂಗಜೆ**....................250/-
4. ಆರ್ಟ್ ಆಫ್ ಸಕ್ಸಸ್-**ರಮೇಶ್ ಅರವಿಂದ್**....................120/-
5. ಮನಿ ಮನಿ ಎಕಾನಮಿ-**ರಂಗಸ್ವಾಮಿ ಮೂಕನಹಳ್ಳಿ**....................160/-
6. ಇವರು ಅವರು ದೇವರು-**ಜೋಗಿ**....................200/-
7. ಲಾಸ್ಟ್ ಡೇಸ್ ಆಫ್ ಲೆಜೆಂಡ್ಸ್-**ಗಣೇಶ್ ಕಾಸರಗೋಡು**....................225/-
8. ಒಳ್ಳೆಯ ಬದುಕಿನ ಸೂತ್ರಗಳು-**ರವಿ ಕೃಷ್ಣಾರೆಡ್ಡಿ**....................150/-
9. ಸೋಲೆಂಬ ಗೆಲುವು-**ದೀಪಾ ಹಿರೇಗುತ್ತಿ**....................150/-
10. ಬೆಳ್ಳಿತೆರೆಯ ಬಂಗಾರದ ಗೆರೆ-**ಗಣೇಶ್ ಕಾಸರಗೋಡು**....................150/-
11. ನಟನ ಕಥೆ-**ಮಂಡ್ಯ ರಮೇಶ್-ಎನ್. ಧನಂಜಯ**....................250/-
12. ತ್ಯಾಗಕ್ಕಿಲ್ಲ ನೂಕುನುಗ್ಗಲು-**ಡಾ. ಗವಿಸ್ವಾಮಿ ಎನ್.** 140/-
13. ಬದುಕೇ ಭಗವಂತ-**ಡಾ. ಡಿ.ಎಸ್. ಶ್ರೀನಿವಾಸ ಪ್ರಸಾದ್**....................170/-
14. ಮಾದಕ ದೊರೆ-**ಸಂತೋಷಕುಮಾರ ಮೆಹೆಂದಳೆ**....................375/-
15. ದ್ವೈತ-**ರಾಘವ್**....................140/-
16. ಹೃದಯದ ಮಾತು ಕೇಳಿ-**ಮಂಜುನಾಥ್ ಚಾಂದ್**....................150/-
17. ಹಿಂದಿನ ನಿಲ್ದಾಣ-**ಶುಭಶ್ರೀ ಭಟ್ಟ**....................120/-
18. ಪ್ರೀತ್‌ಸು-**ರಾಜೀವ ನಾರಾಯಣ ನಾಯಕ**....................170/-
19. ಕೃಷಿ ಯಾಕೆ ಖುಷಿ? -**ನರೇಂದ್ರ ರೈ ದೇರ್ಲ**....................140/-
20. ಕ್ಷಯ-**ಡಾ. ವಾಸುದೇವ ಶೆಟ್ಟಿ**....................120/-
21. ಅರ್ಧ ಬಿಸಿಲು ಅರ್ಧ ಮಳೆ...-**ಸದಾಶಿವ ಸೊರಟೂರು**....................120/-
22. ಯಾರೂ ಹೇಳದ ಕಥೆಗಳು-(ಸಂ.) **ಸುದರ್ಶನ ಚೆನ್ನಂಗಿಹಳ್ಳಿ**....................150/-
23. ಕಥಾ ಸಾಗರಿ-**ನಾಗವೇಣಿ ವೆಂ. ಹೆಗಡೆ ಹೆಗ್ಗರ್ಸಿಮನೆ**....................120/-
24. ಮೆಮರೀಸ್ ಆಫ್ ಬಾಸ್ಗಾ-**ರಂಗಸ್ವಾಮಿ ಮೂಕನಹಳ್ಳಿ**....................160/-
25. ಮೇರುನಟ-**ಡಾ. ಶರಣು ಹುಲ್ಲೂರು**....................120/-
26. ನಾ ಸೆರೆಹಿಡಿದ ಕನ್ಯಾಸ್ತ್ರೀ-**ಶಶಿಧರ ಹಾಲಾಡಿ**....................200/-
27. ಟ್ರಾಯ್-**ಗಾಯಿತ್ರಿ ರಾಜ್**....................200/-
28. ಫಾರೆಸ್ಟರ್ ಪೊನ್ನಪ್ಪ-**ನೌಶಾದ್ ಜನ್ನತ್**....................300/-
29. ವಿಶ್ವಯಾನಕ್ಕೆ ಗಣಿತವಾಹನ-**ಎಸ್.ವಿ. ಶ್ರೀನಿವಾಸಮೂರ್ತಿ**....................200/-
30. ಲೆಟ್ಸ್ ಮೇಕ್ ಎ ಶಾರ್ಟ್ ಫಿಲಂ-**ಜಯರಾಮಾಚಾರಿ**....................120/-
31. ಕುಣಿಗಲ್ ಟು ಕಂದಹಾರ್-**ಮಂಜುನಾಥ್ ಕುಣಿಗಲ್**....................260/-

32. ಗದಾಯುದ್ಧಂ–**ಡಾ. ಎಂ.ಎ. ಜಯರಾಮ್ ರಾವ್** 350/–

33. ಫೀನಿಕ್ಸ್–**ದೀಪಾ ಹಿರೇಗುತ್ತಿ** 120/–

34. ಹಿಟ್ಲರ್ ಲವ್ ಪಾಲಿಟಿಕ್ಸ್–**ಸತೀಶ ಬಳೆಗಾರ** 170/–

35. ಭಾನುಮತಿಯ ಪರಿವಾರ–**ಕುಮಾರಸ್ವಾಮಿ ತೆಕ್ಕುಂಜ** 140/–

36. ನೀ ದೂರ ಹೋದಾಗ–**ಫೌಝಿಯ ಸಲೀಂ** 220/–

37. ವ್ಯಗ್ರ ಮತ್ತು ಇತರ ಕಾದಂಬರಿಗಳು–**ಕುಮಾರ ಬೇಂದ್ರೆ** 180/–

38. ಸತ್ಯದ ಅನಾವರಣ–**ಕೆ.ಎಸ್. ರಮಾಸುಂದರಿ** 100/–

39. ಅಂತಾರಾಷ್ಟ್ರೀಯ ಕುಂಬಳಕಾಯಿ ಮತ್ತು ಇತರ ಕಥೆಗಳು
–ಅಬ್ದುಲ್ ರಶೀದ್ 120/–

40. ಅನಾಥ ಪ್ರೀತಿಯ ಅನುಬಂಧ
–ಬಿ. ಮಂಜುನಾಥ್ ಕಾಮತ್ ಹಾಲಾಡಿ 140/–

41. ಹಕ್ಕಿ ಮತ್ತು ಹುಡುಗಿ (ಕವನ ಸಂಕಲನ)–(ಸಂ.) **ಪ್ರಜಾವಾಣಿ ಬಳಗ** 150/–

42. ಹಾವಿನ ಮನೆ–**ಅನು ಬೆಳ್ಳೆ (ರಾಘವೇಂದ್ರ ಬಿ. ರಾವ್)** 250/–

43. ಈಗಲ್ಸ್ ಲೈನ್–**ರಾಜೇಶ್ ಕುಮಾರ್ ಕಲ್ಯಾ** 220/–

44. ನಂಬಿಕೆಯೆಂಬ ಗಾಳಿಕೊಡೆ–**ಡಾ. ಪ್ರೇಮಲತ ಬಿ.** 180/–

45. 10 ಕುಟುಂಬ 18 ಗೋತ್ರದ ಗೌಡ ಪರಂಪರೆ
–ಪುತ್ತೂರು ಅನಂತರಾಜ ಗೌಡ 300/–

46. ಗಿಳಿಯು ಬಾರದೆ ಇರದು (ಕಥಾಸಂಕಲನ)
–ಪಿ.ಎಸ್. ಶ್ರೀಧರನ್ ಪಿಳ್ಳ (ಅನುವಾದ: ಮೇರಿ ಜೋಸೆಫ್) 85/–

47. ಒಂದು ಆದಿಮ ಪ್ರೇಮ (ಕವನ ಸಂಕಲನ)–**ನಂದಿನಿ ಹೆದ್ದುರ್ಗ** 150/–

48. ಮಣ್ಣೇ ಮೊದಲು... (ಕವನ ಸಂಕಲನ)–**ಪಾಪುಗುರು** 120/–

49. ಬಿಂಜೆಮುಳ್ಳು (ಕವನ ಸಂಕಲನ)–**ಫಾಲ್ಗುಣ ಗೌಡ ಅಚವೆ** 120/–

51. ಗಾಯಗೊಂಡ ಸಾಲುಗಳು (ಕವನ ಸಂಕಲನ)
–ಸದಾಶಿವ ಸೊರಟೂರು 110/–

52. ನಿನ್ನ ಧ್ಯಾನದ ನೂರೊಂದು ಹಣತೆ (ಕವನ ಸಂಕಲನ)
–ವಾಸುದೇವ ನಾಡಿಗ್ 170/–

www.ingramcontent.com/pod-product-compliance
Lightning Source LLC
La Vergne TN
LVHW062353051026
849517LV00017B/2678

* 9 7 8 9 3 9 4 9 4 2 7 6 9 *